எந்தக் கங்கையில்
இந்தக் கைகளைக் கழுவுவது?

இளவாலை விஜயேந்திரன்

எந்தக் கங்கையில் இந்தக் கைகளைக் கழுவுவது?

கூடல்
பதிப்பகம்

காலச்சுவடு
பதிப்பகம்

● அன்பார்ந்த வாசகருக்கு,

வணக்கம்.

காலச்சுவடு நூலை வாங்கியமைக்கு நன்றி.

நூலின் உள்ளடக்கம், உருவாக்கம், அட்டைப்படம் இன்ன பிற அம்சங்கள் பற்றிய உங்கள் கருத்துகளையும் ஆலோசனைகளையும் காலச்சுவடு வரவேற்கிறது. தகவல், எழுத்து, வாக்கியப் பிழைகள் தென்பட்டால் கட்டாயம் தெரிவித்து உதவுங்கள். நூல் தயாரிப்பில் கடும் குறைபாடு இருப்பின் மாற்றுப் பிரதி உங்களுக்குக் கிடைக்கக் காலச்சுவடு ஏற்பாடு செய்யும்.

மின்னஞ்சல்: **publisher@kalachuvadu.com**

காலச்சுவடு நாகர்கோவில் தலைமையகத்துக்கும் கடிதம் அனுப்பலாம்.

தங்கள்

எஸ்.ஆர். சுந்தரம் (கண்ணன்)

பதிப்பாளர் — நிர்வாக இயக்குநர்

எந்தக் கங்கையில் இந்தக் கைகளைக் கழுவுவது? ❋ கவிதைகள் ❋ ஆசிரியர்: இளவாலை விஜயேந்திரன் ❋ © தியாகராஜா விஜயேந்திரன் ❋ முதல் பதிப்பு: மே 2023 ❋ வெளியீடு: கூடல் பதிப்பகம், ப்ளாக்ஃபென் வீதி, சிட்கப், கென்ட், டிஏ158க்யூடி, ஐக்கிய ராச்சியம் மற்றும் காலச்சுவடு பப்ளிகேஷன்ஸ் (பி) லிட்., 669, கே.பி. சாலை, நாகர்கோவில் 629001

காலச்சுவடு பதிப்பக வெளியீடு: 1185

entak kankaiyil intak kaikaLaik kazuvuvatu? ❋ Poems ❋ Author: Ilavalai Wijayendran ❋ © Thiagarajah Wijayendran ❋ Language: Tamil ❋ First Edition: May 2023 ❋ Size: Demy 1 x 8 ❋ Paper: 18.6 kg maplitho ❋ Pages: 200

Published by Koodal Publications, Blackfen Road, Sidcup, Kent, DA158QD, UK and Kalachuvadu Publications Pvt. Ltd., 669, K.P. Road, Nagercoil 629001, India ❋ Phone: 91-4652-278525 ❋ e-mail: publications@kalachuvadu.com, koodalpublications@gmail.com ❋ Printed at Clicto Print, Jaleel Towers, 42 KB Dasan Road, Teynampet Chennai 600018

ISBN: 978-81-19034-13-0

05/2023/S.No. 1185, kcp 4399, 18.6 (1) a9s

பொருளடக்கம்

இளவாலை விஜயேந்திரன் கவிதைகள்	11
தொகுப்புரை	19
என்னடீ இச்செந்நிறம்	31
71 சித்திரை	33
எதிர்பார்ப்புகள்	34
நெடும்பயணம்	36
நாளைய நாளும் நேற்றைய நேற்றும்	38
கோலங்கள்	39
இளவேனிலும் ஏக்கங்களும்	41
என் குடிசை	43
நேற்றுச் செத்தவன்	44
சுதந்திர நாட்டின் பிரஜைகள்	45
பகவத் கீதை	46
விடை கொடுத்த பிறகு	47
ஒரு கவிதை	50
சொல்லப்படாத ஒரு செய்தி	51
பாதியாய் உலகின் பரிமாணம்	54
நீ அறியாத கோட்பாடுகள்	56

மூடப்படாத மலை முகடுகள்	57
ஆண்ட பரம்பரைக்கு	60
பூட்டானின் இறைச்சிக்கடை	62
பாலை	64
எமது ரோமாபுரி	67
இனி வரும் முளைகள்	68
கேள்விகளைக் கேட்காதே	70
அயலவன்	71
பதினொராவது கட்டளை	72
அழுத்தம்	73
ஊர்வம்பு	74
வீணையும் வாளும்	76
தெற்கு	77
அவர்கள் வந்தபொழுது	78
வாழுதல்	79
மழைக்கால அறுவடை	80
மீண்டும் வாழுதல்	81
வாடையும் கோடையும்	84
தேசம்	85
மனம்	86
மேற்கு	88
மண்வாசம்	90
மறுபடி எழல்	91
சோலைகளும் சுவாசங்களும்	93
உண்மை சு(டப்ப)டும்	94
இன்னும் வளராத பெரியவர்களுக்கு	95
விளைநிலம்	97
சித்திரை வாழ்த்து	98

காணாது போன சிறுவர்கள்	99
எனது வாசகம்	100
காணி நிலம் வேண்டும்	101
கனவிலும் தொடர்வது	103
முகமுகம்	105
மார்கழி'89	108
உயிரியற் கடியாரம்	110
மூன்று குரங்குகள்	112
இன்னொரு பாரதம்	113
ஒரு வெள்ளை அறிக்கை	114
செத்துப்போனவர்களின் சம்பாசனை	116
நாள் தொடர்கிறது	118
கவிதை	120
நிறமற்றுப்போன கனவுகள்	121
நேற்று நிகழ்ந்தது	123
நானும் என்னுடைய துப்பாக்கியும்	125
ஆண்ட மொழியிலும் ஆண்ட பரம்பரையின் மொழியிலுமாக ஒரு கவிதை	127
காத்திருத்தல்	129
தடிகொண்டு திரிபவர்களுக்கு	130
கண்கள்	131
பாடுபொருள்	133
கிறான் மரமும் கிளுவை வேலியும்	134
கடல்	136
திருமனம்	138
றிச்சர்ட் டி சொய்சா – உதிரமுடியாத ஒரு நினைவு	140

சாப்பாடு	142
காணாமற்போன சினேகிதிக்கு எழுதியது	144
காற்றுக்குத் தீனி	147
புதிய அர்த்தங்கள்	148
அப்பா பிள்ளை பேசிக்கொண்டது	149
எமது முயலுகை	151
மூளை கழற்றிய மனிதர்	153
மறந்திடுதல்	155
எச்சம் விழும் இரவு	157
மனக்கணக்கும் பிணக்கணக்கும்	159
சந்தி	161
இறப்பதெப்படி?	163
இலக்கத்து மரணங்கள்	165
குருவிகள் பற்றி மூன்று கவிதைகள்	167
நிர்வாணம்	170
விரல்கள்	172
உனதும் எனதும்	173
மொழிபெயர்ப்பு அல்லது இடம்பெயர் மொழி	174
எனது உலகினுள் வந்தவரெவரும் திரும்பியதில்லை	175

பாடல்கள்

மீன் பாடும் வாவியிலே	181
பனியுதிரும் குளிர்தழுவும் தேசம்	182
விழித்தெழுந்தவர்கள்	183
வட்டமாய்ச் சதுரமாய்	186
ஓடி வரும் கடலே	187
காலமொன்றிருந்தது	189
எட்டிநட	190
புதிய வாழ்வு மலரவேண்டும்	191

ஒரு கனவு வாழ்வு	192
வீடு நெடுந்தூரம்	193
தீ போலவே	194
மல்லாடல்	195
பூவைப் போல் பூக்கும் வயதிலே	197
கண்டேன் திசையெங்கும்	198

இளவாலை விஜயேந்திரன் கவிதைகள்

1980களின் தொடக்கத்தில், தெல்லிப்பழை மகாஜனக் கல்லூரியில், கபொத உயர் வகுப்பில் படித்துக்கொண்டிருந்த மாணவர்கள் சிலர், ஒரு புதிய காற்றாக இலக்கிய உலகில் பிரவேசித்தார்கள். 'புதுசு' என்ற சஞ்சிகை ஒன்றையும் (1980–1987) வெளியிடத் தொடங்கினார்கள். இவர்கள் எல்லோரும் முளைக்கும்போதே, இடதுசாரிச் சார்புடையவர்கள். தோழர் விசுவானந்ததேவனின் தமிழ்ஈழத் தேசிய விடுதலை முன்னணியால் கவரப்பட்டவர்கள். அவர்களுள் ஒருவர்தான் இளவாலை விஜயேந்திரன்.

மகாஜனாவில் இருந்து 'புதுசு' மூலம் வெளி உலகுக்கு அறிமுகமான கவிஞர்களுள், விஜயேந்திரனின் சக பயணிகளான பாலசூரியன், சபேசன், ரவி, ஊர்வசி, ஔவை ஆகியோர் குறிப்பிடத்தக்கவர்கள். 1970களின் பிற்பகுதியிலும் 80களிலும், யாழ்ப்பாணத்திலிருந்து கவிதைத் துறைக்குள் வந்தவர்களை, போரின் புதல்வர்கள் என்று நான் சொல்வதுண்டு. இனமுரண்பாடும், விடுதலை இயக்கங்களின் எழுச்சியும் போரும் வன்முறையும் இவர்களைக் கவிதைக்குள் இழுத்துவந்தன. இவர்களுடைய கவிதைகள் பெரும்பாலும் இவற்றுக்கான இலக்கிய எதிர்வினைகளாகவே

அமைந்தன. தமிழ்த் தேசியக் கருத்துநிலையும், மார்க்சிய இடதுசாரி இலட்சியங்களும், வெவ்வேறு அளவில் இவர்களது கவிதைகளில் தொனிப்பொருளாகக் கலந்திருக்கக் காணலாம். இவர்கள் யாரும் ஏராளமாகக் கவிதைகள் எழுதிக் குவித்தவர்கள் அல்ல. ஆனால், கணிசமான எண்ணிக்கையில் நல்ல கவிதைகள் எழுதியிருக்கிறார்கள்.

பொதுப்படையான இச்சிறிய அறிமுகத்தோடு, விஜயேந்திரன் கவிதைகளைப் பற்றிப் பார்க்கலாம். கடந்த சுமார் 40 ஆண்டுகளில், விஜயேந்திரன் நூற்றுக்குக் குறைவான கவிதைகள்தான் எழுதியிருக்கிறார் என்று நினைக்கிறேன். அவருடைய முதலாவது கவிதைத் தொகுதி நிறமற்றுப் போன கனவுகள், மிகவும் காலம் தாழ்த்தி 1999இல் வெளிவந்தது. 1987 முதல் 1992 வரை அவர் எழுதிய கவிதைகளுள், 53 கவிதைகள் அத்தொகுப்பில் இடம்பெற்றுள்ளன. அதில் இடம்பெறாத அவருடைய ஆரம்பகாலக் கவிதைகளும், பிற்காலத்தில் எழுதிய சில கவிதைகளுமாக, 33 கவிதைகளும், சில இசைப் பாடல்களும் சேர்க்கப்பட்ட, விஜயேந்திரன் கவிதைகளின் ஒரு முழுத் தொகுப்பாக, இத்தொகுப்பு இப்போது வெளிவருகின்றது. காலம் தாழ்த்தியேனும் இவற்றைத் தேடித் தொகுத்துக் கரிசனையுடன் வெளியிடும் விஜயேந்திரனின் நண்பர்கள் நமது நன்றிக்கும் பாராட்டுக்கும் உரியவர்கள்.

1980இக்குப் பிந்திய ஈழத்துக் கவிதைகள், பெரும்பாலும் அரசியல் கவிதைகள்தான். வன்முறை அரசியலின் எதிர்வினையாக அமைந்த கவிதைகள். யுத்தத்தின் குரூர வடுக்களைச் சுமந்த கவிதைகள். அடக்குமுறை, கொலை, கடத்தல், காணாமற்போதல், சிறை, சித்திரவதை, துப்பாக்கி, கண்ணிவெடி, எறிகணை, குண்டுவீச்சு, புலப்பெயர்வு, அகதி வாழ்க்கை என்பவற்றைப் பேசும் கவிதைகள். விஜயேந்திரனின் பெரும்பாலான கவிதைகள் இவற்றைத்தான் பேசுகின்றன.

நேற்றும் தலை உயர்த்தி
நடந்த தெருக்கள்தான்
இப்போது நெஞ்சிடிக்க
எவனெவனோ
கைகொண்டு கழுத்தை நெரிக்கும் கனவுகள்

இது 1980இல் அவர் எழுதிய 'சுதந்திர நாட்டின் பிரஜைகள்' என்ற கவிதையின் சில வரிகள். நெஞ்சை அதிரவைக்கும் வன்முறைக் கனவுகள் அன்று முகிழத் தொடங்கிய யதார்த்தத்தின் படிமமாக வெளிப்படுகின்றது இக்கவிதையில்.

1990இல் விஜயேந்திரன் எழுதிய 'நிறமற்றுப் போன கனவுகள்', அடுத்த பத்தாண்டுக் காலம் நாம் அனுபவித்த வன்முறையின், சிந்திய குருதியின் மொத்த அறுவடை எனலாம். இது அன்று தென்னிலங்கையில் அரசுக்கும் மக்கள் விடுதலை முன்னணிக்கும் இடையில் நிலவிய மோதலைப் பேசுகின்றது. எனினும், நாடு முழுவதும் நிலவிய வன்முறையின் கூட்டுப் படிமமாக இதைக் கருதுவதில் பிழையில்லை. 'நிறமற்றுப் போன கனவுகள்' என்ற படிமமே பல அர்த்தங்களைக் கொண்டிருப்பதை நாம் உணரலாம். விஜயேந்திரனின் மிகச் சிறந்த கவிதைகளுள் இதுவும் ஒன்று. அதை நான் இங்கு முழுமையாகத் தருகிறேன்.

மாலை
நெடுநேரம் நடந்து திரிந்தலுத்துக்
கட்டிலில் வீழ்கையில்
நடு நிசி

நாசமாய்ப்போன கனவுகள்
புத்தரின் பாதங்களில்
யாரோ
செவ்விரத்தம் பூ வைக்கிறார்கள்

பள்ளி நாட்களில்
எனக்குச் சிநேகமான
அழகிய வஜிராவின் முகத்தில்
கண்ணிர் வடிகிறது குருதியாய்
அவளிடமிருந்து வெள்ளலரியை
யாரோ பறிக்கிறார்கள்
ஓலமிட்டுக் கிளர்ந்தெழவும்
அவளது வாயை மூடுகின்றன
முரட்டுத் துப்பாக்கிகள்

இறந்துபோன மனிதர்கள்
துப்பாக்கிகளோடு திரிகிறார்கள்

மாவலியில் மூங்கில்
குருதி நீரை முத்தமிட்டு
முகம் சுளிக்கிறது

செத்துப்போன எல்லோரும்
"இயற்கை மரணம்"
எய்தியதாகச்
சான்றிதழில்
ஒப்பமிடுகிறார்கள்

அழுதுகொண்டிருந்த வஜிரா
திடீரெனச் சிரிக்கிறாள்

கனவு அறுபடச்
சற்று முன்பாய்த்
தெளிவாகத் தெரிகிறது
அவளது கையிலும்
துப்பாக்கி

விஜயேந்திரன் துப்பாக்கியின் ஆதரவாளன் அல்ல. இடதுசாரிகள், மார்க்சிய ஆதரவாளர்கள் என்ற வகையில், துப்பாக்கிபற்றிப் பலருக்கும் இருந்த கனவுகள், துப்பாக்கி உண்மையில் வெடிக்கத் தொடங்கிய பின்னர் நிறமற்றுப்போயின. 'நானும் எனது துப்பாக்கியும்' என்ற தலைப்பில் விஜயேந்திரன் ஒரு கவிதை எழுதியிருக்கிறார். தன்மையில் சொல்லப்பட்டது எனினும், துப்பாக்கி தூக்கியவரைப் பற்றிய ஒரு ஆழமான கிண்டல்தான் அது.

எனது இருப்பை
அங்கீகரியாதவன்
எதிரியே ஆவான்
எவர்க்கும் அதுவே பொதுவிதி
சரி
ஆகவே சுடலாம்

கோட்பாடுகளில்
குழம்பியிருந்தால்
தூசு படிந்துபோம்
துப்பாக்கி
செத்துப்போனவர்களின் சம்பாசனை இப்படித் தொடங்குகின்றது:

உனது கையில்
இருந்தது துப்பாக்கி
எனது கையிலும்
இருந்தது துப்பாக்கி

நீ சுட்டு
நான் சாக
நான் சுட்டு
நீ சாக
நேர்ந்தவை மரணங்கள்

இந்த மரணங்கள் ஏன் நிகழ்ந்தன? அது யாருக்கும் தெரியாது என்கிறார் கவிஞர்.

உன்னை நான்
சுட்டதற்கும்
என்னை நீ
சுட்டதற்கும்
காரணங்கள்
எமெக்கென்றால் தெரியாது

வன்முறையின் இந்த அபத்தத்தைத் தன் கவிதைகளில் பரவலாகப் பதிவுசெய்திருக்கிறார் கவிஞர். 'மறந்திடுதல்' என்ற தலைப்பிலும் இத்தொகுப்பில் ஒரு கவிதை உண்டு. இலக்கற்றுப்போன போராட்டத்தை, மறதிக் குழப்பத்தால் நையாண்டிசெய்வது அதன் நோக்கமாய் இருக்கலாம். கவிதை இப்படித்தான் முடிகிறது:

இன்னும்
எங்களது பெடியள்
துப்பாக்கி தூக்கியது
எதுக்கென்றும் நான் மறந்தேன்

'சொல்லப்படாத ஒரு செய்தி' 1985இல் எழுதப்பட்ட கவிதை. புலிகளின் அனுராதபுரப் படுகொலைக்கு எதிரான கவிதை என்று நினைக்கிறேன். 146 அப்பாவிச் சிங்களவர்கள் அன்று படுகொலை செய்யப்பட்டார்கள். இக்கவிதையிலும் துப்பாக்கிக்கு எதிரான கவிஞரின் குரலைக் கேட்கிறோம்.

எந்தக் கங்கையிலே
இந்தக் கைகளைக் கழுவுவது?
எல்லோரும் தலைகளைக் குனிவோம்
தொலைவில்
நூறு வீடுகளில் அழுகைகளில்
வானை எட்டுகிற ஓலத்தில்
விம்மி வெடிக்கிற கண்ணீர்த்துளிகளில்
எமது துயரத்தைப்
பாதி கலக்கவைப்போம்

அந்தக் கவிதையின் இவ்வாறு முடிகிறது:

வெறியில் திரியும்
ஒவ்வொரு முகத்திலும்
காறி உமிழ்வோம்
மண்ணை மனிதனைவிட
மேலாகிவிட்ட துவக்குகளை
வீசியெறிவோம் கடலுக்குள்

நாங்கள்
பகலுக்காய்க் காத்திருக்கிறோம்

இவ்வாறு வன்முறைச் சூழல்கள் எழுப்பும் மனநெரிசல்களை, உணர்வலைகளை, மனித மீட்சிக்கான ஏக்கத்தை விஜயேந்திரன் கவிதைகளில் பரக்கக் காணலாம். மூடப்படாத மலை முகடுகள், ஆண்ட பரம்பரை, கோடை இரவு, ஒரு கவிதை, இறப்பது எப்படி, இலக்கத்து மரணங்கள், மீண்டும் வாழுதல், மறுபடி எழல், இன்னும் வளராத பெரியவர்களுக்கு, மண் வாசம், மனக்கணக்கும் பிணக்கணக்கும், காணாமற்போன

சிநேகிதிக்கு எழுதியது, கனவிலும் தொடர்வது, கேள்விகளைக் கேட்காதே முதலிய இன்னும் பல கவிதைகளை நான் இங்கு சுட்டிக்காட்டலாம். இவையெல்லாம் யுத்தத்தின் பல பரிமாணங்களை, அதன் குரூரத்தை, அதன் வலியைப் பேசுபவை. அதற்குள் அமுங்கி அழிந்துவிடாது, மனிதம் முகிழ்த்து எழ வேண்டும் என்ற வேட்கையை நமக்குள் எழுப்புபவை. அவ்வகையில் 'மீண்டும் வாழுதல்' என்ற கவிதை பற்றியும் இங்கு குறிப்பிட வேண்டும். தோழர் விசுவானந்ததேவனின் கொலைபற்றி நினைவுகூருகின்றது அக்கவிதை. "துப்பாக்கிகள் மட்டும் பேசித்திரிந்த எமது மண்ணிலே தோழமையோடு" எழுந்த குரல், கடலில் மூழ்கடிக்கப்பட்ட துயரத்தைப் பேசும் அக்கவிதை,

> எனது தேசம்
> கண்கள் பிடுங்கப்பட்டுக்
> காட்டில் அலைக்கழிக்கப்பட்டாலும்
> இன்னமும்
> உயிர்த்தெழுதல் பற்றி
> நம்பிக்கையோடிருக்கிறது

என்ற நம்பிக்கைக் குரலையும் எழுப்புகின்றது.

'இனிவரும் முளைகள்' என்ற கவிதையில் நமது எதிர்காலச் சந்ததியினருக்குக் கவிஞர் சொல்லும் செய்தியுடன் இக்குறிப்பை முடிக்கிறேன்.

> மின்னலாய் வெடிக்கிற
> துவக்கினை
> மிருகமாய் வதைக்கிற படையினை
> ..
> மண்ணினை மீட்கிற கனவிலே
> மற்றவர் கால்களால்
> மிதித்ததை
> எம்மரும் தோழர்கள்
> இரத்தத்தில்
> எவரெவர் சுகம்பெற நினைத்ததை
> இவையெலாம்
> அவரிடம் சொல்லுவோம்
> தடைகளை உடைக்கிற வலுவினை
> எதனையும் எதிர்க்கிற துணிவினைக்
> கொண்டதாய் அவர்களை
> மாற்றுவோம்.

உள்ளடக்கத்தில் நேர்மையும் உருவத்தில் எளிமையும் விஜயேந்திரனின் அழகியல் எனலாம். தமிழ்த் தேசியத்தின் சுமையில் அவருடைய நேர்மை அமுங்கிப்போய்விடவில்லை.

அநீதிக்கு எதிரான, நீதிக்கான, மனித விடுதலைக்கான, மனித மேன்மைக்கான குரலாக அவருடைய கவிதைகள் ஒலிக்கின்றன. இதில் சொல் விளையாட்டுக்கு இடம் இல்லை. வார்த்தைகளில் அலங்காரம் இல்லை. இயல்பான, நேரடியான படிமங்களால் அவர் தன் உணர்வுகளை வெளிப்படுத்துகிறார். அவை நம்முள் ஆழமான தாக்கத்தைச் செலுத்த வல்லவை. இத்தொகுப்பில் உள்ள கவிதைகள் எல்லாம் நாம் கடந்துவந்த வலி மிகுந்த காலத்தின் பதிவுகள். சமகால ஈழத்துக் கவிதையில், குறிப்பாக அரசியல் கவிதையில், விஜயேந்திரனின் இடத்தை இத்தொகுப்பு உறுதிப்படுத்துகின்றது என்பதை நான் அழுத்திக் கூறலாம்.

எம்.ஏ. நுஃமான்

தொகுப்புரை

1980களில், ஈழத்துத் தமிழ்க் கவிதைப் பரப்பில் அறிமுகமான முக்கியமான கவியாளுமைகளில், இளவாலை விஜயேந்திரன் ஒருவர். தேசிய விடுதலைப் போராட்டம் தீவிரமடைந்த காலத்தில் எழுதத்தொடங்கிய தலைமுறையைச் சேர்ந்தவர். அவரது கவிதைகளின் பாடுபொருளில், அந்த அனுபவங் களையும், அவற்றின் பிரதிபலிப்புகளையும் அதிகம் அவதானிக்க முடியும். புதுக் கவிதையில் தனித்துவ அடையாளம் கொண்ட கவிதைகள் அவருடையவை. தீவிர கவிதைச் செயற்பாட்டுடன், ஈழ இலக்கியத்திற்கு அறிமுகமான இரண்டாவது தலைமுறைக் கவிஞர் எனவும் இவரை அடையாளப்படுத்த முடியும். 1970களின் நடுப்பகுதியில், பதினைந்தாவது வயதில் கவிதைக்குள் பிரவேசித்த இவரின் எழுத்துப் பயணம், ஐந்து தசாப்தங்களை நெருங்குகின்றது. தமிழ்ச் சூழலில் நன்கு அறியப்பட்ட கவிஞர்கள் சிலருக்கு ஆதர்சமாக விளங்கியவர் விஜயேந்திரன்.

கவிதைகள் மட்டுமன்றிச் சிறுகதைகள், இதழியல், பத்திரிகை, நாடகம் எனப் பல தளங்களில் இயங்கியவர் விஜயேந்திரன். தாயகத்தில் 'புதுசு' இலக்கிய இதழ், 'ஈழமுரசு' பத்திரிகை, நோர்வேயில் 90களில் 'சுவடுகள்' சஞ்சிகை போன்றவற்றில் அவரது பங்களிப்புகள் காத்திரமானவை. கவிதை, ஊடகம், இதழியல், இலக்கியப் பணிகள், நோர்வேயிற் தமிழ்மொழிக் கல்வி, சமூகச் செயற்பாடுகள், தாயகம் நோக்கிய மனிதாபிமானப் பணிகள், அரங்கச் செயற்பாடுகள் எனத் தொடர்ச்சியாக இயங்கிவருபவர் அவர். நோர்வேயிற் தமிழ்மொழிக் கல்விச் செயற்பாடு களை நிறுவனமயமாக்கிய முன்னோடிகளில் விஜயேந்திரனும் ஒருவர். மூன்று தசாப்தங்களுக்கு மேலாக அப்பணியிற் தன்னை ஈடுபடுத்திவருகின்றார்.

முத்தமிழ் அறிவாலயத்தின் நிர்வாக உறுப்பினராகவும், 1997–2016 வரையான காலப்பகுதியில் அதன் துணை அதிபராகவும், இடையில் ஒரு வருடம் (2001) அதன் அதிபராகவும் பொறுப்பு வகித்தவர்.

விஜயேந்திரன் என்ற எழுத்தாளுமை உருவாகுவதற்கு உகந்த பின்புலம் ஒன்று இருந்திருக்கின்றது. பெற்றோர்கள் இருவரும் ஆசிரியர்களாக இருந்தமை, தமிழ்மீது சிறுவயதி லேயே விஜயேந்திரனுக்கு ஈர்ப்புண்டாகக் காரணமாக அமைந்திருக்கின்றது. தந்தையாரும், அவரது தோழர்களுமான சொக்கன், மதுரகவி இ. நாகராஜன் ஆகியோரின் அறிமுகம், மேலும் தமிழ்மீதும் இலக்கியத்தின் மீதும் உந்துதலை அளித்துள்ளது. மதுரகவி இ. நாகராஜனின் 'பிறை நிலா' என்ற சிறுகதைத் தொகுதியே தனது முதல் வாசிப்பு என்றும், அவரது கதைகளைப் போலவே தானும் எழுத வேண்டுமென்ற உத்வேகத்தை, அது தனக்குத் தந்ததாகவும் ஒருமுறை குறிப்பிட் டுள்ளார். அந்தச் சிறுகதைத் தொகுதியின் பாதிப்பே, பின்னர் தான் இலக்கியத்துறையில் நுழைவதற்குத் தூண்டுகோலாய் அமைந்தது என்றும் விஜயேந்திரன் குறிப்பிட்டிருந்தார்.

இளவாலை விஜயேந்திரன் வாழ்ந்த சிறுவிளான் கிராமம், இளவாலை அஞ்சல் அலுவலக எல்லைக்குள் வருவதாயினும், வடக்கு அளவெட்டியோடு இணைந்த பகுதியாகும். காலையிலும், மாலையிலும் அளவெட்டியில் பெருக் கெடுத்தோடும் நாதஸ்வர – தவில் இசைப் பிரவாகம், எந்த மனிதனையும் கலாரசிகனாக்கி விடும் வல்லமை கொண்டது. சாதாரண கலைஞனையும் பெருங் கலைஞனாக்கிவிடும் இந்தச் சூழலில்தான் விஜயேந்திரன் வளர்ந்தார். தெல்லிப்பழை மகாஜனக் கல்லூரியின் ஆசிரியர்கள் இவரின் இலக்கிய ஆர்வத்திற்கு உந்துதலாக இருந்திருக்கின்றார்கள். திரு.சி. அம்பலப் பிள்ளை, கவிஞர் செ. கதிரேசர் பிள்ளை ஆகிய இரு வல்லுநர்களினதும் தமிழ் இவருக்கு வழிகாட்டியாய் இருந்திருக்கிறது. தமிழைப் பிழையின்றி எழுதுவதற்கும், சரியாக உச்சரிப்பதற்கும் இவர்கள் இருவரும் உறுதுணையாக இருந்திருக்கின்றார்கள். உயிரியல் கற்பித்த மயிலங்கூடலூர் பி. நடராஜன், அதிபராயிருந்த திரு.பொ. கனகசபாபதி, தாவரவியல் கற்பித்த திருமதி சி. அனந்தசயனன், திரு.க. இராஜகுலேந்திரன் ஆகியோர் கொடுத்த ஊக்கமும் குறிப்பிடப்பட வேண்டியவை.

அத்தோடு, மகாஜனக் கல்லூரிச் சூழல், புத்தகப் படிப்பிற்கு அப்பால், இலக்கிய ஈடுபாட்டினை வளர்க்கத் துணை நின்றுள்ளது. நீண்ட இலக்கியப் பாரம்பரியத்தைக் கொண்ட மகாஜனாவில் க. ஆதவன், சேரன் போன்றோர் இவருக்குச் சிறிதுகாலம் முன்னராகக் கற்றதோடு, இவரதும் நண்பர்களதும் ஆளுமை

விருத்தியிற் குறிப்பிடத்தக்க பங்காற்றியவர்கள். மாணவப் பருவத்தில் இவரும் பாலசூரியன், சபேசன், இரவி அருணாசலம் ஆகியோரும் இணைந்து ஆரம்பித்த 'புதுசு' காலாண்டுச் சஞ்சிகை, எழுத்து மற்றும் இதழியற் தளங்களில் இவரது பங்களிப்பிற்கு வழிசமைத்தது. 'புதுசு' சஞ்சிகையிற் கனதியும் தரமும் மிக்க கவிதைகள் வெளியாகின. 'ஈழமுரசு' பத்திரிகையின் பிரதம ஆசிரியராக எஸ்.எம். கோபாலரத்தினம் (கோபு) பொறுப்பு வகித்தபோது, அதில் விஜயேந்திரன் (1986–1987) துணை ஆசிரிய ராகப் பணிபுரிந்தார். அந்த அனுபவங்கள், பத்திரிகைத் துறை பற்றிய ஒரு புரிதலை இவருக்குள் உண்டாக்கின.

1986இல் 'நட்புறவுப் பாலம்' சஞ்சிகையின் வெளியீட்டு விழாவில் இவர் தொகுத்து நெறிப்படுத்தி, அருட்குமரன், சித்ரா ஆகியோருடன் இணைந்து வழங்கிய கவிதா நிகழ்வு, முதன்முதலாகத் தமிழகத்தில் கவிதா நிகழ்வு மேடையேறிய தருணமாகும். ஈழத்தில் உருவாகிய இவ்வடிவம் அந்த மேடையிற் பெரிதும் வரவேற்கப்பட்டது.

1987–1992 காலப்பகுதியில் எழுதப்பட்ட இவரது கவிதை களின் தொகுப்பு நூல், 'நிறமற்றுப் போன கனவுகள்' எனும் தலைப்பில், 1999ஆம் ஆண்டு இலங்கை தேசிய கலை இலக்கியப் பேரவையின் வெளியீடாக வந்திருந்தது. கனடாவின் யோர்க் பல்கலைக்கழகத்தில், புலம்பெயர்ந்தோர் இலக்கியப் பிரிவில், துணைப்பாட நூலாக அந்தக் கவிதைத் தொகுப்பு வைக்கப்பட்டுள்ளமை குறிப்பிடத்தக்கது.

'நிறமற்றுப் போன கனவுகள்' தொகுப்பின் கவிதைகள் வெளிப்படுத்துகின்ற பேசுபொருள், படிமங்கள், சொல்லாடல்கள், அரசியல், சமூக வாழ்வியல் பிரதிபலிப்புகள், விமர்சனங்கள், உணர்வுகள் பல்பரிமாணமுடையவை. ஒட்டுமொத்தமாக அவருடைய கவிதைகள் கூர்மையான சமூக–அரசியல் விமர்சனங்களை, துன்பமும் இன்பமுமான வாழ்வனுபவங்களை, போரை, விடுதலைப் போராட்டத்தை, அதன் அரசியலை, நினைவுகளைக் காலத்தோடு ஒட்டிப் பிரதிபலிப்பவை. புலம்பெயர் வாழ்வினையும், அதன் துயரங்களையும், மன உளைச்சல்களையும் பேசுபவை. 'நிறமற்றுப் போன கனவுகள்' தொகுப்பின் இரண்டாம் பதிப்பு கனடாவில் 'காலம்' செல்வம் முயற்சியில் வெளிவந்தது.

உங்கள் கையிலுள்ள இந்தத் தொகுதியில் இடம்பெற்ற கவிதைகளிற் பல, முன்பே வெளிவந்த 'நிறமற்றுப் போன கனவுகள்' தொகுதியிலும் உள்ளவை. அந்தக் கவிதைகள் வெளிவந்த சஞ்சிகைகளின் சரியான பெயர்களைக் கவிதைகளோடு

இணைக்க முடியவில்லை என்பது கவலைதருகிறது. இக்கவிதை களைப் பிரசுரித்த சஞ்சிகைகள்: 'ஓசை', 'மௌனம்' (பிரான்ஸ்) 'தேடல்', 'சக்தி', 'தாயகம்' (கனடா), 'அஆஇ' (நெதர்லாந்து) 'பனிமலர்' (இங்கிலாந்து), 'சரிநிகர்' (இலங்கை), 'மரபு' (அவுஸ்திரேலியா), 'சஞ்சீவி' (டென்மார்க்), 'நண்பன்', 'சக்தி', 'சுவடுகள்' (நோர்வே).

இவருடைய கவிதைகள் வடிவத்திலும், சொல்முறையிலும், படிமங்களிலும், உள்ளடக்கத்திலும், சொற்தேர்விலும், உத்திகளிலும் தனித்துவமான புதுக்கவிதைகள். அதேவேளை கவிதைமொழியில் ஒருவகை ஓசை நயமும் லாவகமும் அமைந்திருக்கும். வாசிப்பமைதியைக் குலைக்காத கட்டமைப்பினை அவை கொண்டிருக்கும்.

தமிழைச் சரியாக எழுத வேண்டும் என்பதில் மிகுந்த அக்கறை உடையவர் விஜயேந்திரன். ஊடக, இதழியற் துறையில் அவர் பெற்றுக்கொண்ட அனுபவங்களும், அவருடைய இளமைக்காலத் தமிழ் ஆசிரியர்களும் அதற்கான உந்துதல்கள். மொழியைச் சரியாக எழுத வேண்டும் என்ற இவரது அக்கறைமூலம், எழுதுகின்ற பலருக்கு முன்னுதாரணமாக இருக்கின்றார் என்பது மிகையல்ல. கலை நிகழ்வுகள் மற்றும் புத்தக அறிமுக–விமர்சன நிகழ்வுகளை இவர் தொகுத்து வழங்கும்போது, மொழிநடையில் ஓர் அழகும், நேர்த்தியும், உள்ளடக்கக் கனதியும் இருக்கும்.

ஒஸ்லோவில் 1980களின் பிற்கூற்றில், 'தமிழ் நோர்வே மக்கள் இணைவுகூடம்' ஆரம்பித்த காலங்களில் இருந்து, அதனை அரசியற் சார்பற்று நடத்துவதில் மிகுந்த உறுதியுடன் இயங்கிய ஒருசிலரில் விஜயேந்திரன் ஒருவர். இவ்வமைப்பே சுவடுகள் சஞ்சிகை, முத்தமிழ் அறிவாலயம், தமிழ் நோர்வே உதவி அமைப்பு என்பவற்றின் தாயமைப்பாய்க் கூறப்படக்கூடியது.

தமிழ் நோர்வே உதவி அமைப்பினூடாகத் தாயக மக்களின் வாழ்வாதாரத்தை மேம்படுத்தும் பணிகளில் இவர் ஈடுபட்டு வருவதோடு, தாயகத்தில் இயற்கை வளம் சார்ந்த பணிகளிலும் முனைப்புக்கொண்டுள்ளார். அங்கு மரம் வளர்ப்பை ஊக்கப்படுத்தி, நடைமுறைப்படுத்துகின்ற செயற்பாடு களைத் தன்னாலான அளவில் ஒருங்கிணைத்து வருகின்றார். நோர்வேயில் அரங்கச் செயற்பாடுகளிலும் இயங்கிவருகின்றார்.

வட ஐரோப்பாவின் முதலாவது தமிழ் வானொலியான தமிழ்நாதம் பண்பலை (ஒஸ்லோ) வானொலியில் நீண்டகாலம் நிகழ்ச்சித் தயாரிப்பாளராகவும், அறிவிப்பாளராகவும் விஜயேந்திரன் பணியாற்றியிருக்கிறார்.

நோர்வேயிலிருந்து 1988–1998வரையான பத்தாண்டுகள் வெளிவந்த 'சுவடுகள்' சஞ்சிகையின் ஆசிரியர் குழுவில் ஒருவராக, இவரது பங்கு முக்கியமானது. புலம்பெயர் சூழலிலிருந்து வெளிவந்த காத்திரமான சமூக, அரசியல், கலை, இலக்கியச் சஞ்சிகை. உள்ளடக்கம் சார்ந்தும், அதன் விமர்சனரீதியான பங்களிப்புச் சார்ந்தும், நோர்வேயிலும் நாடுகடந்த அளவிலும் எழுத்தாளர்களுக்கும் படைப்பாளர்களுக்குமான தளமாக சுவடுகளின் பங்கு இருந்திருக்கின்றது. தாயகம் – புலம்பெயர் சூழல் – உலக நடப்புகள் ஆகிய மூன்றுக்குமிடையிலான சமூக, அரசியல், இலக்கியத் தொடுப்புப் பாலம் என்ற அளவிலும், சுவடுகளின் பங்களிப்புத் தனித்துவமானது. இலங்கையில் அக்காலத்தில் வெளிவரமுடியாத சில படைப்புகளைச் சுவடுகள் பிரசுரித்திருக்கிறது. அது மட்டுமன்றி, பத்தாண்டுகளிற் தொடர்ச்சியாக எண்பதுக்கு மேற்பட்ட இதழ்களைச் சுயாதீனமாக வெளியிட்டமை, புலம்பெயர் வாழ்வுச் சூழலிற் சாதனையான செயல். இவரை ஆசிரியராய்க் கொண்டு கனடாவில் வெளிவரத் தொடங்கிய 'முற்றம்' மாத இதழ் நடைமுறை சார்ந்த சிக்கல் களால் நான்கு இதழ்களோடு நின்றுபோயிற்று.

இரண்டாயிரத்தின் பின் கவிதை எழுதுவதை இவர் கணிசமாகக் குறைத்துக்கொண்டமை கவலைக்குரியது. கவிதையில் அவருடைய இந்த மௌனம் தொடர்பாக, 2016இல் 'நடு' இணையச் சஞ்சிகைக்கு அவர் வழங்கிய நீண்ட செவ்வியில் ஒரு கேள்விக்கு அவர் இப்படிப் பதில் கூறியிருந்தார்:

'என்னைப்பொறுத்தவரையில், எல்லா எழுத்தாளரது வாழ்க்கையிலும் படைப்புகள் தொடர்பாக ஓர் இடைவெளி ஏற்படுவது இயல்பானதே என நம்புகிறேன். படைப்பு என்பதற்கு வெவ்வேறு காரணிகள் இருந்தாலும், முக்கியமாக அது இயல்பாக வரவேண்டியது. அதனை வலிந்து திணிக்க முடியாது. எனது படைப்புகளுக்கு ஒத்துவரக்கூடிய சரியான தளம் அமையாததினாலேயே, எனது தொடர் மௌனம் நீடிக்கின்றது என நான் நினைக்கிறேன்'

அவர் மௌனம் கலைந்து, தொடர்ந்து கவிதைகளை எழுத வேண்டுமென்பது எமது வேணவா என்பதையும் பதிவு செய்துகொள்கின்றோம்.

விஜயேந்திரனின் கவிதைகள் வீரியம் மிக்கவை, எளிமை யானவை, உணர்வுபூர்வமானவை, விமர்சனபூர்வமானவை. தேவைக்கு அதிகமான சொற்களோ வார்த்தைகளோ அற்ற சிக்கனம் மிக்கவை. காலத்தை, அந்தக் காலத்தின் அரசியலை, சமூகத்தை, வாழ்வியலைப் பிரதிபலிப்பவை. இனவாத

ஒடுக்குமுறையின் கோரத்தைப் பேசுகின்றன. சமூகச் சிறுமை களை, போராட்டத் தவறுகளை, அரசியற் பிறழ்வுகளைக் காலத்தின் குரலாக நின்று கேள்வியெழுப்புகின்றன.

விடுதலைப் புலிகளும், ஏனைய பல ஈழ விடுதலைப் போராட்ட இயக்கங்களும், தம்மீதான விமர்சனங்களை ஆயுதங்களால் எதிர்கொண்ட நிலையிற்கூட, அவற்றின் மனித உரிமை மீறல்களை, ஜனநாயக விரோதப் போக்குகளைத் தனது கவிதைகளிற் கூர்மையாக விமர்ச்சித்திருக்கின்றார் விஜயேந்திரன். தனது மனசாட்சிக்கு நேர்மையாகக் காலத்தினதும், எதிர்ப்பினதும் குரலாக அவரது கவிதைகள் வெளிப்பட்டிருக்கின்றன. இந்தத் தொகுப்பின் தலைப்பாகியுள்ள 'எந்தக் கங்கையில் இந்தக் கைகளைக் கழுவுவது' என்ற வரிகள் அத்தகையதொரு காலக்குரலான படிமம். அந்தப் படிமம் இடம் பெற்ற கவிதை உட்பட்ட இவரது கவிதைகளை, ஈழத்தின் சமூக – இலக்கிய விமர்சன முன்னோடி பேராசிரியர் கா.சிவத்தம்பி, பல இடங்களில் விதந்துரைத்திருக்கின்றார். 1985 காலப்பகுதியில் உரையாடல் ஒன்றில், மறைந்த இந்தியப் பிரதமர் இந்திரா காந்தியின் ஆலோசகரும், இலங்கைக்கான சிறப்புத்தூதுவருமான ஜி. பார்த்தசாரதி, தமிழ்ப் போராளி இயக்கங்களின் வன்முறைகளுக்கு எதிராகத் தமிழர்கள் குரல் எழுப்புவதில்லை என்ற குற்றச்சாட்டினை முன்வைத்தபோது, பேராசிரியர் கா. சிவத்தம்பி 'சொல்லப்படாத ஒரு சேதி' என்ற தலைப்பிலமைந்த மேற்சொன்ன படிமம் இடம்பெற்ற கவிதையை, முழுவதுமாக வாசித்துக் காட்டி, அக்கூற்றை மறுத்துரைத்துள்ளார்.

விஜயேந்திரனின் கவிதைகளில் அலங்காரங்கள் இருக்காது. ஆனால், கவித்துவ அழகியல் நிறைந்திருக்கும். அற்புதமான படிமங்களைத் தரிசிக்கலாம். பேசுபொருள், சிந்தனை, கடத்தப்படுகின்ற உணர்வு, கவிதைகளின் சமூக, அரசியல், வாழ்வியல் மற்றும் காலப் பிரதிபலிப்பு என்பவை காலம் கடந்து நிற்கின்ற செழுமையைக் கொடுத்திருக்கின்றன.

தாயகத்தில் வாழ்ந்தபோதும், நோர்வேக்குப் புலம்பெயர்ந்த பின்னரும் எழுதப்பட்ட அவருடைய கவிதைகளை ஒரே தொகுப்பாகக் கொண்டு வருவது, இலக்கியத்தின் செழுமைக்கும், காலத்தின் குரலாக எழுந்த கவிதைகளைப் பதிவுசெய்வது என்ற நோக்கிலும் அவசியமானது. அவருடைய கவிதைகளின் இலக்கியப் பெறுமதியை உணர்ந்த, அவருடைய கவிதைகளுடன் பரிச்சயமுடைய நண்பர்கள் மற்றும் இலக்கிய ஆர்வலர்கள் இப்பணிக்குப் பங்களித்துள்ளனர். அவர் எழுதிய கவிதைகள்

மற்றும் பாடல்களில் மீட்டெடுக்கக்கூடியவற்றை மீட்டெடுக்கப் பலர் துணைநின்றுள்ளார்கள்.

1976–2001 காலப்பகுதியில் எழுதப்பட்டுப் பத்திரிகைகள், சஞ்சிகைகள், இதழ்களிற் பிரசுரமான *34* கவிதைகளை மட்டுமே (‘நிறமற்றுப் போன கனவுகள்’ தொகுப்பைத் தவிர்த்து) தேடிக் கண்டடைந்து தொகுக்க முடிந்திருக்கின்றது. அவர் எழுதிய எல்லாக் கவிதைகளும், பாடல்களும் இங்கு முழுமையாக இடம்பெற்றுள்ளன எனக் கூறிவிடமுடியாது. அவை எமது தேடலில் அகப்படவில்லை என்பதையும் பதிவு செய்கின்றோம். *1986–1987* காலத்தில் ‘ஈழமுரசு’ வார இதழிற் புனைபெயர்களில் வெளிவந்த இவரது கவிதைகளை மீட்டெடுக்கவும், இத்தொகுப்பில் உள்ளடக்கவும் முடியவில்லை. *1976–1980* வரையான நான்காண்டுகள் விஜயேந்திரன் எழுதிய கணிசமான கவிதைகள், இலங்கை வானொலியில் ஒலிபரப்பப்பட்டன. அவை நேயர்களிடத்திற் பரவலாகப் பிரபலமடைந்துமிருந்தன. அக்கவிதைகள் எவற்றையும் மீட்டெடுப்பதும், இத்தொகுப்பில் இணைப்பதும் கைகூடவில்லை.

நண்பர்கள் பலருக்கும் விஜயேந்திரனின் ஆரம்பகாலக் கவிதைகளைத் தொகுக்க வேண்டுமென்ற எண்ணம் நீண்ட காலமாகவே இருந்திருக்கின்றது. அவற்றைத் தேடிக்கண்டடைவதிலும், ஒருங்கிணைப்பதிலும் நிலவிய சவால்களே இத்தாமதத்திற்கான காரணம் எனத் தோன்றுகிறது. இத்தகைய ஒரு கவியாளுமையின் கவிதைகள், காணாமற்போவதை அனுமதிக்கலாகாது. அவை காலங்கள் தாண்டியும் பரவலாக வாசிக்கக் கிடைக்க வேண்டுமென்ற வேணவாவும், அக்கறையும் இதில் முதன்மையானது. அத்தோடு, சிறந்த படைப்பாளியான விஜயேந்திரனின் கவித்துவ ஆளுமை மதிக்கப்பட வேண்டும் என்பதுவும், இத்தொகுப்புருவாக்கத்திற்கான மற்றுமோர் உந்துதல்.

தொகுப்பாளர்கள்

இ. பத்மநாப ஐயர்

நா. சபேசன்

ச. லிமலநாதன்

சஞ்சயன் செல்வமாணிக்கம்

ரூபன் சிவராஜா

இலங்கையின் தமிழ் பேசும் சமூகங்களின் படைப்பிலக்கியங்கள், எழுத்தாவணங்களை இணையவெளியில் ஆவணப்படுத்துவதோடு, தகவல் வளங்கள் மற்றும் புலமைசார் பதிவுகளை ஒழுங்குபடுத்தி அனைவருக்கும் கிடைக்கச் செய்யும் அரும்பணியைச் செய்துவருகிறது 'நூலகம் – https://noolaham.org' நிறுவனம். இத்தொகுப்பில் உள்ளடக்கப்பட்டுள்ள, 1976–1986 வரையான காலப்பகுதியில் இளவாலை விஜயேந்திரனால் எழுதப்பட்ட கவிதைகளிற் பெரும்பாலானவை, நூலகம் ஆவணச் சேகரிப்பிலிருந்து பெறப்பட்டவை. அதன் பொருட்டு நூலகம் நிறுவனத்திற்கு எமது பிரத்தியேக நன்றி!

நன்றிக்கு உரியவர்கள்

குறுகியகாலத்தில் முன்னுரையைத் தந்துதவிய
பேராசிரியர் எம்.ஏ. நு∘ஃமான் (இலங்கை)

நூலின் உருவாக்கத்திலும், கவிதைகளைத் தேடிக்
கண்டடைதலிலும், பிரதியை ஒப்புநோக்குவதிலும், ஏனைய
அனைத்து நூலுருவாக்கச் செயற்பாடுகளிலும் மிகுந்த
கரிசனையுடன் உழைத்த இ. பத்மநாப ஐயர் (இங்கிலாந்து)

வடிவமைப்பை அழகுறச் செய்துதந்த சிவசாமி பிரேம்ராஜ்
(நோர்வே)

முகப்பினை நேர்த்தியுற வடிவமைத்த கவிதா லட்சுமி (நோர்வே)

கவிதைகளைத் தேடித் தருவதில் அர்ப்பணிப்போடு செயலாற்றிய
வ. ந. கிரிதரன் (கனடா)
தயாநிதி தில்லைநாதன் (நோர்வே)
சிதம்பரநாதன் ரமேஸ் (இலங்கை)

பாடல்களைத் தேடித் தருவதில் உதவிய
ஜெயதாசன் கந்தையா (நோர்வே)
இரவிகுமார் வேலாயுதம் (நோர்வே)
முரளிதரன் முத்துலிங்கம் (நோர்வே)
த. வைத்தியநாதன் (ஜேர்மனி)
க.பராபரன் (இங்கிலாந்து)

'நிறமற்றுப் போன கனவுகள்' தொகுப்பினை, எழுத்துருவுக்கு மாற்றி உதவிய சுசீந்திரன் நடராஜா (ஜேர்மனி)

இறுதி அச்சுப் பிரதியை ஒப்புநோக்கி உதவிய உமாபாலன் சின்னத்துரை (நோர்வே)

ஓவியங்களைத் தந்து உதவிய

மகாஇந்திரன் மகாதேவன் (நோர்வே) முகப்போவியம்

அருந்ததி ரட்ணராஜா (இங்கிலாந்து) 119, 138

கே. கிருஷ்ணராஜா (இங்கிலாந்து) 52, 101

தங்கவடிவேல் சௌந்தர்ராஜன் (த. சௌந்தர் – இங்கிலாந்து) 49, 54

தபீந்திரன் கிருஷ்ணப்பிரியா (இலங்கை) 90, 168

பிரியங்கா நமசிவாயம் (நோர்வே) 106

ராகவி கார்த்திகேயன் (நோர்வே) 131

கதிர் து. ரூபன் (நோர்வே) 154

சுருதி ரமேஸ்வரன் (நோர்வே) 171

தட்டச்சுச் செய்து உதவியவர்: லறீனா அப்துல் ஹக்

ஓவியர்கள்பற்றிய குறிப்பு

மகாஇந்திரன் மகாதேவன் (நோர்வே)

யாழ்ப்பாணத்தைப் பிறப்பிடமாகக் கொண்டவர். நோர்வே, ஒஸ்லோவில் தற்போது வசிக்கிறார். நவீன ஓவியவரான இவர், யாழ் மத்திய கல்லூரியில் ஆசிரியர் மாற்கு அவர்களிடம் ஓவியம் பயின்றவர். இவரது ஆக்கங்கள் பல வடிவங்களில் – இலச்சினைகளாக, அட்டைப்படங்களாக, கருத்தோவியங்களாக – வெளிவந்துள்ளன.

அருந்ததி ரட்ணராஜ் (இங்கிலாந்து)

ஓவியர் மாற்கின் மாணவி. இவரின் முதல் ஓவியக் கண்காட்சி யாழ்ப்பாணத்தில் 1986இல் நடைபெற்றது. தொடர்ச்சியாக ஓவியத் துறையிற் பயணிக்கிறார். கலை வரலாற்றில் முதுமாணிப் (M.A.) பட்டதாரி. கிழக்குப் பல்கலைக் கழக நுண்கலைத்துறை விரிவுரையாளராக இருந்தவர். 1995இல் இங்கிலாந்துக்குக் குடி பெயர்ந்தபின் ஓவியக் கண்காட்சிகளில் ஈடுபடுவதுடன் ஓவியத்தை மன ஆற்றுப்படுத்தலுக்கான ஓர் ஊடகமாகப் பயன்படுத்தும் முயற்சியிற் பல குழுக்களுடன் இணைந்து செயற்படுகிறார்.

கே. கிருஷ்ணராஜா (இங்கிலாந்து)

ஈழத் தமிழர் மத்தியில் நவீன ஓவியக் கலையின் முன்னோடி அ. மாற்குவின் சிரேஷ்ட மாணவன். பருத்தித்துறை ஹாட்லிக் கல்லூரியில் அவரிடம் பயின்ற ராஜா இலங்கை வித்தியாலங்காரப் பல்கலைக் கழக நுண்கலைப் பட்டதாரி. இவரது ஓவியங்கள் பல நூல்களின் அட்டைகளிலும் உள்ளேயும் அலங்கரித்திருக்கின்றன. நூல் வடிவமைப்பில் மிக்க தேர்ச்சி பெற்ற இவர் தற்போது இங்கிலாந்தில் வசிக்கிறார். நீண்டகாலம் அரங்க வடிவமைப்பு, நடிப்பு என நாடகங்களோடும் இணைந்த கலைவாழ்வு ராஜாவுடையது.

தங்கவடிவேல் சௌந்தர்ராஜன் (த. சௌந்தர் – இங்கிலாந்து)

கம்பர்மலை, வல்வெட்டித்துறையிற் பிறந்தவர், இடதுசாரிச் செயற்பாட்டாளரான தங்கவடிவேலுக்கும், ரூபசௌந்தரிக்கும் தலைமகனாய்ப் பிறந்தவர். புலம்பெயர்ந்தபின் டென்மார்க்கில் ஓவியத்தை முறையாகப் பயின்ற இவர் ஓவியம், இசை, அரசியல்

வரலாற்றில் ஆர்வம் கொண்டவர். தமிழிசை, திரைப்படங்களிற் தமிழ்ப் பாரம்பரிய இசை பற்றிய இவரது கட்டுரைகள் நூலாக வந்து புகழ்பெற்றவை. இவர் தற்போது இங்கிலாந்தில் வாழ்கிறார்.

தபீந்திரன் கிருஷ்ணப்பிரியா (இலங்கை)

1987இல் யாழ்ப்பாணத்திற் பிறந்து, வசிக்கும் ஓவியர். தனது பட்டப் படிப்பை யாழ். பல்கலைக்கழகத்தில் முடித்துத் தற்போது வருகைதரு விரிவுரையாளராக அங்கு பணியாற்றுவதுடன் ஓவியராகவும் உள்ளார்.

பிரியங்கா நமசிவாயம் (நோர்வே)

வடநோர்வேயில், சமூகவியலில் இரண்டாம் வருடம் உயர்கல்வியைத் தொடரும் பிரியங்கா (வயது 22) ஒஸ்லோவிற் பிறந்து வளர்ந்தவர். நவாஸ் (நமசிவாயம்) என ஐரோப்பாவில் அறியப்பட்ட பிரபல பாடகர் இவரது தந்தை. தாயார் பத்மா மிகநீண்டகாலமாகத் தமிழாசிரியையாய்ப் பணிபுரிகிறார்.

ராகவி கார்த்திகேயன் (நோர்வே)

நோர்வேயின் மத்திய பகுதியிற் பிறந்து, தலைநகர் ஒஸ்லோவுக்கு அருகிலுள்ள அஸ்கர் நகருக்கு இடம்பெயர்ந்த ராகவியின் பெற்றோர் கார்த்திகேயன் – உமா. தன் சிறுவயதிலேயே பரிசு பெற்ற ராகவியின் ஓவியம் அவர் பயின்ற பாடசாலையில் இப்போதும் உள்ளது. அன்னை பூபதி தமிழ்க் கலைக்கூடத்திலும் போட்டியிற் பரிசு பெற்றது இவரது சிறப்பு. ஒஸ்லோப் பல்கலைக்கழகத்தில் மருத்துவம் பயிலும் இவர் சிறந்த பாடகியும்கூட. சில பாடல்களைத் தன் கற்பனை மூலம் மெருகேற்றிப் பதிவு செய்துமுள்ளார்.

கதிர் து. ரூபன் (நோர்வே)

கதிர் (வயது 12) ஏழாம் வகுப்பிற் பயிலும் மாணவன். ஒஸ்லோவிற் பிறந்து மூன்று வயதிலிருந்து ஓவியங்கள் வரைவதில் ஈடுபாடு கொண்டு, தொலைக்காட்சி நிகழ்ச்சியொன்றின் வழி தன்னை வளர்த்துக்கொண்டவர். ஊடகர், கவிஞர் ரூபன் சிவராஜா ஓவியர் துஷி கணேச்சந்திரா இணையரின் மகன் இவர்.

சுருதி ரமேஸ்வரன் (நோர்வே)

தற்போது நான்காம் வகுப்பிற் பயிலும் சுருதி (வயது 9) ஒஸ்லோவிற் பிறந்து வளர்ந்தவர். பெற்றோர் ரமேஸ்வரன் – தனலக்ஷ்மி கோபால் இருவரும் பொதுவாழ்வில் மிக்க ஈடுபாடு கொண்டவர்கள்.

என்னடீ இச்செந்நிறம்

1.

அடிவானப் பெண்ணாள் ஆதவனை
அகமுடையான் ஆக்குகிறாள்.
விடியுமிந்த வேளையே நல்
வேளையெனக் கருதியதால்
கொடிமுல்லைப்பூ கழன்ற பின்னால்
கொள்வம் திருமணமென்றாள் நங்கை
வடிவான காதலன் வதனம் கண்டு
வந்த நாணச் செந்நிறமோ?

2.

மடிதனில் மன்னனை
மயக்கி வளர்த்துப் பின்
துடியிடைக் கதைகளைத்
தந்திடும் பலகலை எண்ண
கடிசெயப் புனைந்த
காதலாடை மெல்லெனக்
கொடியிடை நழுவிடக்
கொண்ட நாணச் செந்நிறமோ?

3.

ஆயிரம் புள்ளினம் காதலின்
அருமையைப் பாடிச் செல்கையில்
போயிடும் நாணம் புன்னகை சேரும்
பெற்றிடும் கணவன் குறும்புகள்
அயிலெனும் கண்ணின் அருகினில்
அழகாய்க் கனவாய் வந்துற்றதும்
குயிலினம் பாடும் கனவுகள் மாறும்
கனவின் நாணச் செந்நிறமோ?

4.

காதல் மன்னனொடு வாழும்
காலங்களையிரு கொடியிடைப்
பேதையரருகிருந்து கடைவாய்ப்
புன்னகையொடு உரைத்தால்
மீதமுள்ளதோர் ஆடையும்
முழங்காலின்கீழ் நழுவுமோ என
மதியெனு நங்கை செப்பிய கதைகள்
மனதினிற் கொண்ட நாணச் செந்நிறமோ?

5.

(திருமணம் முடிந்த பலகாலத்தின் பின்)

குயிலாய் இருந்த குரலும் மாறி
குரங்கென அழகும் தேறி
ஒயிலெலாம் பறந்தது அவளில்
ஓடியே போயிற் றழகு
குடியொடு தோன்றும் கொடிய
கணவன் கொல்லவந்து பின்
மடியில் வைத்து மதுவினைப் பருக்க
மீறிய கோபச் செந்நிறமோ?

6.

என்னடீ இச் செந்நிறம்?
ஏனிதை நீ இயற்றினாய்? – மனிதப்
புன்னகை வதனம்
புலர்ந்திடப் புலரும் போதில்
என்னென்று நினைத்தாயெமை
எத்தனையோ கதை கட்டுவோம் யாம்
சொன்னதைத் திருப்பிச் சொல்லாமல்
சொல்லடீ உண்மைக் காரணத்தை.

மகாஜனன், 1971–1976

71 சித்திரை

அந்தநாட்கள்
ஏதோ
கெட்டகனவுகளாய்ச்
செத்துப்போகவில்லை.
ஒரே ஒருமுறைதான்
நிகழ்ந்தது.

என்றாலும்?
நீளக் கோடொன்றை
நெஞ்சில் விழுத்தியது.

ஆதலினால் –
அந்தநாட்கள் சாகவில்லை.
எல்லாம் சாம்பராம்
என்றெண்ண வேண்டாம்.
சாம்பர் அறியீரோ?
மேலோ வெறும்தூள்... புழுதி...
கிளறக்கிளறத்
தணல் பிறக்கும்.
அவ்வாறே இதுவும்.
மீளவொரு பிரசவம் பெறும்.
அந்த நாட்கள் –
சாகவில்லை.

அலை 11, (சித்திரை – வைகாசி 1978)

எதிர்பார்ப்புகள்

வானம் இருண்டிருக்கு
நீலம் மறைஞ்சிருக்கு
நாளை மழை வரணும்
வந்தாலே

வீட்டை மறந்து வயல்
மேட்டை அடைந்து உயிர்
போட்டு உழைக்கவெனப்
போவோமே – இந்த
நாட்டைத் தலைநிமிரச்
செய்வோமே

பாளம் வெடிச்சு வயற்
புழுதி பறக்கிறது
நாளை மழைவரணும்
வந்தாலே

மாட்டைக் கலப்பையொடு
ஓட்டி வயல் உழுது
வேர்வை நிலம் நனைக்கச்
செய்வோமே? பச்சைப்
போர்வை படர்ந்துவிட
வைப்போமே

இளவாலை விஜயேந்திரன்

ஆழக் கிணறுகளும்
அடியில் வறண்டிருக்கும்
நாளை மழைவரணும்
வந்தாலே
ஊற்றுக் கண் திறக்கும்
ஓடி நீர் பெருகும்
வயற் காட்டில் மகிழ்வு
நாம் கொள்வோமே
வாழ்க்கை வென்றதெனச்
சொல்வோமே

ஈழநாடு, 05.08.79

எந்தக் கங்கையில் இந்தக் கைகளைக் கழுவுவது?

நெடும்பயணம்

தொடுவானம்
தொடவென்றே
தொடர்கின்ற அந்தச்
சிறுபாதை மீது
சில தடங்கள் பதிந்திருக்கும்.

யுகராகம் பாடுகிற
ஒருகோடி மானுடத்தின்
துளித் தெய்வ மொன்று
நடந்த தடங்கள் தாம்...

நிழல்வீழும் சில போதும்
நிறைகின்ற இருள் நாளும்
துல்லியமாய்த் தடங்கள்?
கண்களிலே வந்துவிழும்.

அகன்ற இருதடங்கள்
அலைந்த பாதையிலே
தொடர்ந்து சிறுதடங்கள்
சோடி எனப் பதியும்...

தொடர்ந்தும் விழிதுழாவிக்
கண்ட தடங்களோ
ஒரு மொட்டின்
காம்பென்று நலிந்திருக்கும்.

இளவாலை விஜயேந்திரன்

மூவிரண்டு தடங்கள் முன்நகரும்
கால இழைவில் –
அகன்ற இருதடங்கள்
அகன்ற துயரம் வரும்...
இருசோடி மீந்திருக்கும்.

மிகமெதுவாய் மண்மீது
பதிந்த தடமொன்று –
தொடர்ந்தங்கே
அழுந்த ஊன்றிவரும்
அகன்ற தடங்கள் வரும்.

தொலைவின் தொடரலில்
ஒருசோடி தடங்கள்
ஒருபோதில் விலகும்.
விலகும் தடங்களினை
விழியின் நீர் நனைக்கும்...

தொடர்ந்தப் பாதையிலே
துணிந்து இருதடங்கள்
பதிந்து வரும்.

தொடுவானம்
தொலைவினிலே
விழிபூத்துக் காத்திருக்கும்.

புதுசு 1, 1980

எந்தக் கங்கையில் இந்தக் கைகளைக் கழுவுவது?

நாளைய நாளும் நேற்றைய நேற்றும்

முன்னே –
முகிழ்க்கின்ற பனிப் போர்வையிலும்
தோளின் சால்வை தூக்குதலை
இன்னும் நாங்கள் பேணவில்லை.

'அவர்கள்' தாமே மனிதரென்றார்
'நாமும் நாமும்' என்றார்த்தோம்.
சுவர்கள் –
சுற்றி எழுந்திருந்தன.
தகர்த் தெறிந்தோம்.

சுவர்கள் தகர்க்கப்படும் போதில்
கற்களெம் மீதில் விழுந்தனதாம்.
ஓய்வுக்குள்
தலைபுதைக்க மறுத்துவிட்டு
தொடர்ந்தார்த்தோம்; தகர்த்தோம்.
எமக்கென நிலவு பால் வீசும்
எத்தனை பொழுதுகள் செத்திருக்கும்...!
நினைக்க வியர்க்கும் – எனினும்
முனைப்பு முடிவிடத்தில்
சுவர்கள் வீழ்ந்தன.

வெற்றி எனச்சிறு
நினைப்பில் ஊறினோம்.
கால்கள் –
அத்திபாரக் கல்லில் தடுக்குது.
தோள்கள் மலையெனத்
தொடுத்து வைத்திருக்கிறோம்.
நாளைய நிகழ்விற்காய்!

புதுசு 1, 1980

இளவாலை விஜயேந்திரன்

கோலங்கள்

சாகாத சந்தடியில்
சலிப்புத் தட்டிவிட
ஆலமரத்தடியில்
இருந்து புறப்பட்டோம்

சாரத்தை மடித்துக் கட்டி
சைக்கிளை எடுத்துக்கொண்டு
சந்தடி கேளாத இடத்துக்கு
ஒரு பயணம் புறப்பட்டோம்

ஆப்பு வைத்து
வடலிகளைப் பிளந்து
கீரிமலை செல்லும்
முடிவினை நாமெடுத்தோம்

நெடுங்காலம் மணல் மீது
நீரலைகள் தழுவும்
கடலோரம் நம்
கால்களினைப் படரவிட்டோம்.

வேதனைக்கு வடிகாலாய்ச்
சில கதைகள் பேசிக்கொண்டோம்
விரல்கள் மணல்மீது
கோலங்கள் போட்டன

ஆசையிலே அலை வந்து
அவற்றை அழித்துவிட
தடியெடுத்து நாங்கள்
பெரிய கோலம் போட்டோம்

எந்தக் கங்கையில் இந்தக் கைகளைக் கழுவுவது?

பிறகும் கடலலைகள்
வந்து தழுவியதால்
பேசாமல் நாங்கள்
சிறு தொலைவு நடக்கலானோம்

நெட்டுயரப் பனைகளிடை
நிழல் தழுவும் ஓரடியில்
வட்டமென நாங்கள்
வந்தமரலானோம்

வெட்டி வைத்த தடியொன்று
எடுத்துச் சலிப்பின்றி
மிகவும் பெரிதாக
வட்டத்துள் கோலமிட்டோம்

காற்று வரும் கோலமதைக்
கலைத்துவிடும் என நாங்கள்
கனவேதும் காணவில்லை...
புகையூதிப் புறப்பட்டோம்

சைக்கிளை உருட்டச்
சில்லுப் புதைந்தது
கால்களின் அடியிலே
குறுமணல் சரிந்தது

மணற் கோலம் போடுவது
அழிவதற்காகவே!
மானிடக் கோலங்கள்
மரணத்துக்காகவே!

சொர்ணக்கொடி நினைவிதழ், மாசி 1980

இளவாலை விஜயேந்திரன்

இளவேனிலும் ஏக்கங்களும்

வழி நெடுகக்
கொப்புலுப்பிப் பூவுதிர்க்கும் வாகைகளே!
இனிமேல் நாம் இவ்வழியே வரமாட்டோம்
இந்த இளவேனிலிலே
எங்கள் சுகத்தினை நாம் இழக்கின்றோம்.
நெடுநாளாய்ச் சீருடையில் நிகழ்த்திய பயணங்கள்...
முற்றும்.
எதிர்காலக் கனவுப் பாளங்கள்
உருகிவழிந்தோடும் வாழ்வு இனியில்லை.

இருள்முதுகுச் சுவர்களிலே
வெண்கட்டி நர்த்தனங்கள்
எழுப்பிவிட்ட
மதில்களுக்குள் எம்வாழ்வு முடங்கியிருந்தது.
இனிமேலோ –
செட்டை வளர்ந்த பறவைச் சுதந்திரம்.
நந்தவனங்கள் முறுவலிக்கப் போகும்
இந்த வசந்தத்தில்
நாங்கள் கலங்குகின்றோம்

கைவிரல்கள் போதாமல் கால்களிடம் கடனெடுத்துக்
கணக்குப் பார்க்க மாட்டோம்

மாமரத்து அடிகளிலே
'விக்கெற்'றைக் கீறி விட்டு
உச்சிவெயில் குடிக்க மாட்டோம்.

எந்தக் கங்கையில் இந்தக் கைகளைக் கழுவுவது?

இருள்நனைக்க ஓங்கிக் குரலெடுத்து
ஒழுங்கையின் அமைதியை நாம்
உசுப்பமாட்டோம்.
உணர்விழந்த தேரைகளின்
உயிர்த் துடிப்பை அறியாமல்
வெட்டிப் பிளக்க மாட்டோம்.

குடுவைகளில் அமிலமிட்டுக்
கொதிப்பேறக் கையுதறி
உடைக்க மாட்டோம்.

விரிவுரை மண்டபத்தில்
ஆசிரியர் முன்னிருக்கப்
பின் வழியால்
நடைபாதையில் கரைய மாட்டோம்.
நூல் நிலையச் சஞ்சிகையில்
மீசை வைத்தும், தாடி வைத்தும்
ஒப்பனை செய்யமாட்டோம்.

ஏனென்றால் –
இழக்கின்றோம்
கல்லூரி வாழ்வுதனை.

ஓ... மகாஜன அன்னையே!
எங்களை நீ மறவாதே
நாங்கள் உன் மடியில்
ஏக்க முடிச்சவிழ்க்க வந்தவர்தாம்.
உன் நிழலில் எம் தடங்கள்
கறையாய்த் தெரியுமெனில்
எங்களை மன்னித்து விடு.

ஏனென்றால் –
நந்தவனங்கள் முறுவலிக்கப் போகும்
இந்த வசந்தத்தில்
நாங்கள் கலங்குகிறோம்
வாழ்வை இழக்கின்றோம்

ஈழநாடு, 16.03.80

இளவாலை விஜயேந்திரன்

என் குடிசை

எழுத்தினாலே மாளிகையில் வாழும்
என் வீட்டுக் கூரை
ஒழுக்கினாலே மாரி காலம்
ஓடையொன்று வீட்டினிலோடும்

தென்னோலையொன்று திரும்பத்
திரும்ப வந்தெனது
முன்வீட்டுக் கூரையிலே முட்டி
மோகமெனும் சேதி சொல்லும்

காலைகளில் கதிர்க் கரங்கள்
கண்களில் வந்தடிக்கும்
மாலைகளின் மடியல்களில் கண்ணீர்
மாலை வரவேற்பிருக்கும்

நிலவு சிரிக்கும் நாட்களிலே
நீளக் கதிர்களென் வீட்டினிலே
குலவுதற் கென்றே வரும்
கொஞ்சம் விண்மீனும் தெரியும்

கிழக்கிலே வாழ்வார் நெஞ்சு
கொடுமையே நினைத்ததால்
முழத்திலே மூன்று தள்ளி
முன்வந்து வேலி நிற்கும்

பனி பெய்யும் மாசி நாட்களில்
பைய நுழைகிற காற்றில்
மேனி மிகச் சிலிர்க்கும் – பின்பு
மெல்லெனவே நடுங்கும்

கண்ணீரே தினம் ஓடுகிற
காட்சியினைப் பார்த்தபடி
எண்ணமெலாம் அழுகின்ற
என் குடிசை இது

ஈழநாடு, 01.06.80

எந்தக் கங்கையில் இந்தக் கைகளைக் கழுவுவது?

நேற்றுச் செத்தவன்

கணங்கள் கரைய
விழிகள் நனையும்
வெளியே அனலெரிய
உள்ளோ இடையிடை
கூதலோடும்.

மேலே முகடும், சுற்றச் சுவர்களுமாய்
ஒடுங்கிய உலகில்
வானம் காண
எட்டி உதைத்து ஜன்னல் திறக்க
அப்பால்
வெறும் வானம்
உள்ளே இவன் மட்டும்.

புதுசு 3, 1981

இளவாலை விஜயேந்திரன்

சுதந்திர நாட்டின் பிரஜைகள்

நேற்றும் தலையுயர்த்தி
நடந்த தெருக்கள் தான்
இப்போது நெஞ்சிடிக்க
எவனெவனோ
கைகொண்டு கழுத்தை நெரிக்கும் கனவுகள்
நேற்றல்ல, இன்றல்ல
நாளைக்கென் வீட்டில்
அதிரும் என்றுய்த்த பறை
செவிக்குள் அதிர்கிறது.

மலங்க விழித்தபடி
இருண்ட கண்களினால்
எதுவோ தேடும்
நாங்களும், எங்கள் பொழுதும்.

புதுசு 4, 1981

எந்தக் கங்கையில் இந்தக் கைகளைக் கழுவுவது?

பகவத் கீதை

சோளகம் கொடிது
இனிமேல் இரவில் ஜன்னல் திறவாதே.
நினைவு வந்துவிடும்
நிலவுத் துண்டு கட்டிலில் விழுந்ததை
வியந்து நீ எழுதிய நாட்கள்.

சவுக்கு நிழலில்
'அப்பா அம்மா'வாய்க்
கிறங்கிப் போன நாட்களை
அவனுக்கு நீ எப்படிச் சொல்வாய்!

முத்துக் குளிக்கக்
கடலில் இறங்கி
முக்குளித்ததும் மறந்து போயிற்றா?

'இன்னும் இன்னும்'
என்று இறுகத் தழுவி
உரோமக் கால்கள்
நிமிர்ந்தது கூடவா நினைவில்லை?

வாசற் படியிற் கழற்றிய பிறகு
நீ உள்ளே போவது
கோயிலுக்கல்ல
எனக்குத் தெரியும்.

வெள்ளைப் பூக்களுடன்
திரும்பி வந்து
வேறு மாட்டுகையில்
காலைக் கடிக்கும்போது
மிகுதியும் புரியும்,
அப்பனிடமே சொல்லியழு.

புதுசு 6, 1982

இளவாலை விஜயேந்திரன்

விடை கொடுத்த பிறகு

சின்ன வருத்தம் தான்,
எப்படியோ தொற்றிக் கொண்டது.
நீண்ட நாட்கள்
நித்திரை இழந்ததால்
நேர்ந்திருக்கலாம்.
ஏதோ வகையில்
ஒட்டிவிட்டது வருத்தம்.

'ஹெல்மற்' இன்றிய பயணப் பொழுதில்
விபத்திலேதும்
சிக்கி நினைவற்றதாக அல்ல
ஏதோ
விசித்திரமான மறதி வந்தது.

போன வருடத்தினதும்
இந்த வருடத்தினதும்
'இன்று' கள் தங்கிப்போக
ஏனைய எல்லாம் விடுபட்டுப் போச்சு
நேற்றைக்கூட மறந்து போனேன்.

போன வருட 'இன்று'
இரண்டா யிருந்தோம்
நான், எனது தேவி என.
பஞ்சுக் கைகள் பற்றிய படியே
வெயிலைக் குடித்து நீள நடந்தோம்.
வெண் மணலுக்குட் காலைப் புதைத்தோம்
எங்களுக்குள் நசிந்து அற்றது
இடைவெளி.
இன்றைய விரிவுரைக்கான பக்கம்
அருகிருந்த தேவியின் கொப்பியில்
வெறுமையாக ஆகிப் போனது.

எந்தக் கங்கையில் இந்தக் கைகளைக் கழுவுவது?

பஸ்ஸில் நெருப்புகள் எனினும்,
வியர்வையில்
உனது நெஞ்சு தோய
நினைவுகள் திரும்பி
என் மடியைத் தேடினாய்.

பிரிதலுற்றோம்...

இந்த வருடம்
இன்று நான் பாதியாய்
கண்களும், கைகளும் உலர்ந்து போயின.
வேறு,
வினோதமான வளையங்களை
சிகரெற் புகையில் ஊதப் பழகினேன்
இவ்வளவே,

எப்படியாவது
இரண்டே நாட்களில்
நினைவு தங்கிப்போகிறது.

புதுசு 6 1982

இளவாலை விஜயேந்திரன்

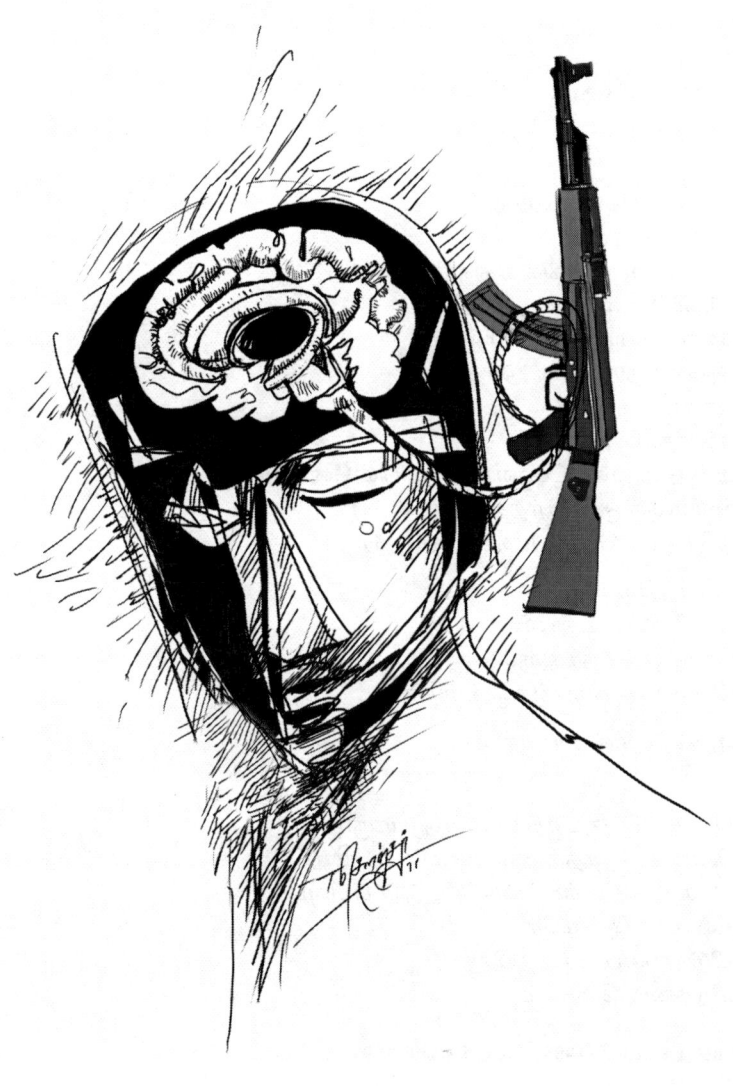

ஒரு கவிதை

தோழரே
துப்பாக்கியை உயர்த்தும்
வலது தோளில்
உதைப்பை வாங்க ஏதுவாக
நடுவில் உள்ள
கோட்டிடை வெளியில்
நேரே, நேராக மட்டும்
பாரும்
எதிரிதானே அது?
வலது ஆள்காட்டி விரலைப் பின்னோக்கி இழும்
சரியாகக் குறிபார்த்தால்
ஒரே குண்டே போதும் தோழரே.

சமயத்தில்
எதிரி கிடைக்காவிட்டால்
ஊரில் மனிதர்களும்,
மின்சாரக் கம்பங்களும் உண்டு

அதுவும் கிடையாத போது
நெறி பிறழாத ஒரு தோழனை...

துப்பாக்கி சூடாறக்கூடாது பாரும்.
நியாயப்படுத்தத் தலைமைப் பீடமும்
பிரசுரம் அடிக்க வெளியீட்டுப் பிரிவும்
உள்ளன தோழரே
விடுதலைப் பாதையில்
வீறுநடை போடும்.

வழி புரட்டாசி 1985, சுபமங்களா 1993

இளவாலை விஜயேந்திரன்

சொல்லப்படாத ஒரு செய்தி

எந்த நிலத்தில்
இது விளைந்தது?

நல்ல நீர்தந்தோம்
மண்ணில் வளமேற
உரமிட்டோம்.
வெயில் தழுவும்
நூறுநூறாய்த் தாமரை பூக்கும்
என்று காவல் வைத்தோம்.
பூச்சி விழுங்கும் கிண்ணிப் பூவாய்
ஆட்கொல்லிப் பிசாசாய்
வேலி தாண்டிக் கிளை விட்டு
மண் முழுதும் இரத்தம் சிந்தியது.

வீரம் நிறைந்த கைகளாய்
ஆயிரம்
வெளியில் தெரியுதென்று
புழுகிக் கிடந்தோம்.
வீசிய காற்றில்
சாம்பல் வெளிச்சிதறக்
குருதி உறைந்தது.
அடியில் கிடந்தது
பச்சை இரத்தம் குடிக்கும் நெருப்போ?

எந்தக் கங்கையில் இந்தக் கைகளைக் கழுவுவது?

எந்தக் கங்கையில்
இந்தக் கைகளைக் கழுவுவது?
ஊரிலோ ஆறும் இல்லை,
குளமும் வரண்டபடி.
எந்தக் கைகளினைக்
குலுக்க விழைந்தோமோ
அந்தக் கைகளிலே
தீப்பந்தம் கொடுத்தோம்
எமது கூரைக்கு வீசும் என.

இளவாலை விஜயேந்திரன்

எல்லோரும் தலைகளைக் குனிவோம்.
தொலைவில்
நூறு வீடுகளின் அழுகைகளில்
வானை எட்டுகிற ஓலத்தில்
விம்மி வெடிக்கிற கண்ணீர்த்துளிகளில்
எமது துயரத்தைப்
பாதி கலக்க வைப்போம்.

புல்படர்ந்த நிலத்தில்
வெள்ளையாய் நிமிர்ந்த விகாரைகளில்
ஆயிரம் வருடம் கழிந்தும்
மண்ணையே நம்பியோரின்
கண்களில் இப்போது இரத்தம்.
எல்லாளன் தேர்தரித்த
சுவடுகளைக் காலம் மூடியது.
மூடிய மண்ணின் வெளிமேற்பரப்பில்
இரத்தம் குடிக்கும் பேய்களின்
சுவடுகள் –

எப்படி, உங்கள் முகத்தை
நோக்க நிமிருவோம்?
அழாதீர்,
எம்மேலே அனலை வீசாதீர்.
காத்திருக்கிறோம்,
மனித நேயம் அற்றுப்போன
ஒவ்வொரு நாயையும்
வாலிலே கட்டித் தூக்கிலிடுவோம்.
வெறியில் திரியும்
ஒவ்வொரு முகத்திலும்
காறி உமிழ்வோம்.
மண்ணை, மனிதனைவிட
மேலாகிவிட்ட துவக்குகளை
வீசியெறிவோம் கடலுக்குள்.

நாங்கள் –
பகலுக்காய்க் காத்திருக்கிறோம்.

புதுசு 10, கார்த்திகை 1985

எந்தக் கங்கையில் இந்தக் கைகளைக் கழுவுவது?

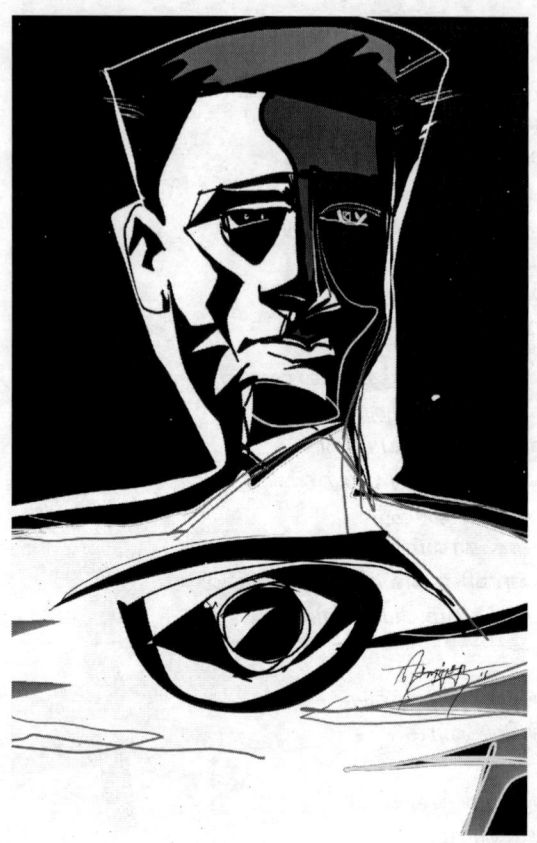

பாதியாய் உலகின் பரிமாணம்

இளமையோ
நெருப்பை விழுங்கிய
ஒவ்வொரு கணமாய் ஊரும்
என்று சாபமிட்டாய்,
உழன்றேன்.

காற்றும் இல்லாத அறையில்
மூடச் சொல்லி
விழிகள் கெஞ்சவும்
மூச்சற்றுக் கிடந்தேன்.
கன்னங்கள் நனைந்தபடி

இளவாலை விஜயேந்திரன்

வாழ்வைச் சிறிதாய்
அர்த்தப்படுத்தி
பார் இதோ உன் உலகம்
என்று மனதிடம் சொல்லி
வெளிக் கொணர்ந்தேன்.
வீதியெல்லாம் குருதி கிடந்தது
வேலியெல்லாம் எரிந்திருந்தது
தொலைவில்
துவக்கு வெடிகளின் சத்தம் கேட்க
நெஞ்சோ மறுபடி உறைந்தது.
கழுகுகளா தரையிறங்கியது?

மறுபடி,
உறக்கம் கலைந்தாயிற்று,
இருளின் அமைதியில்
வெளியில் கரைந்தேன்
விழியின் மணிகளில்
தீப்பொறி ஏந்தினேன்.
ஒன்று,
சொல்லாமற் போய்விட்ட உனக்கு
மற்றது,
சொல்லாமல் வந்துவிட்ட அவர்களுக்கு.

மரணத்துள் வாழ்வோம் (தமிழியல் – கார்த்திகை 1985)

எந்தக் கங்கையில் இந்தக் கைகளைக் கழுவுவது?

நீ அறியாத கோட்பாடுகள்

எப்படி எம்மைக் கொலை செய்வாய்?
வரிசையில் நிறுத்திச் சுட்டுத்தள்ளி,
ஆந்தைகள் அலறும் இரவுகளில்
இருட்காடுகளில் நெருப்பை உமிழ்ந்து
எம்மைக் கொலை செய்யலாம்.

பிறகும், அதிர வைத்த குண்டுகளில்
உன்னோடு வந்தவர் துண்டாய்ச் சிதறப்
பொறி தெறித்து நீ ஆடிய கணங்களில்
நிதர்சனமாயுன் முன் மறுபடி நாம்
தயவின்றிச் சுட்டுத்தள்ளுவாய்.

ஊர்ஊராய் நெருப்பின் நாக்கில்
எமது உடலை உடைமையைக் கருக்கு
மதகின் கீழே வீசி யெறிந்து
உயிருடன் தீயிடு
பிறகும், நிலம் பிளந்து
நூறாய் ஆயிரமாய் வருவோம்.
உனக்குப் புரிவதில்லைத்தான்,
ஒரு பூவில் இருந்து
நூறுவிதைகள் உண்டாவது.

பார்வை, 1985

இளவாலை விஜயேந்திரன்

மூடப்படாத மலை முகடுகள்

என்ன விந்தை இது?
முழுதாய் இருபது ஆண்டுகள்
முன்னர் நான்
சிறுபயலாய்ச் சென்றுதிரிந்து
களித்த புற்தரையோ
இன்றும் பச்சையாய் இருக்கிறது.

இடப்புறமாய்த் தலைதிருப்ப
எழுந்து நின்ற அரக்கனென
நெடுமலையோ நிமிர்ந்து நிற்கிறது
மாவலியின் தொடக்கத்தைத்
தன்னுள் முகிழ்த்தபடி
எங்கும், எத்திக்கும்
தேயிலைச் செடி படர்ந்த
தொடர்மலைகள்.

காசிடவோ காலுதைத்து
ஓடுகிறகுதிரைகளின் பெருவெளியும் –
அத்திசையில்
வாகை குனிந்து தொட
வாகனங்கள் புகை கிளப்பும்
வீதியொன்றும் –
சிறு தொலைவில்,
காலைக் கதிர் பரவத்
தாமரைகள் கண்விழிக்கும்
வாவியொன்றும் –
அப்படியே இருக்கிறது.

எந்தக் கங்கையில் இந்தக் கைகளைக் கழுவுவது?

நகர் நடுவில்
அன்றிருந்த சிறுபூங்காகூட
நடைபழக மூக்கெல்லாம்
நிறைக்கிறது.
ஒருநூறா. ஆயிரமா, கோடியா
எத்தனை பூத் தலையசைத்துச் சிரிக்கிறது?

கோடி பூக்களிலே ஒரு பூவாய் –
புற்தரையிற் பிறிதாய் நிறம்காட்டும்
ஒருதளிராய் –
ஓடித்திரிவது யார்?
உன்னுடைய மகனா?

இந்தச் சிறுவனும்
காலம் கையசைக்க
ஒருநாள் –
இப்படிப் பாலத்தின் கைப்பிடியில்
ஏறியமர்ந்தபடி
தனதல்லாது போய்விட்ட
ஒரு குழந்தையைக் காண நேருமா?

சிரிப்பானோ,. கைகுலுக்கிக்
கொஞ்சி மகிழ்வானோ?
வேர்த்து,
முகம் நோக்கும் கணத்தில்
வெம்பி –
'இது வேறெதுவோ' என்பதுவாய்க்
காணாததுபோல் போவானோ?

இளவாலை விஜயேந்திரன்

கண்கள் துடித்தபடி
கடந்து போய் விடுவானோ?
ஆழ மனதில்
அடிப் புதைந்த சோகத்தைக்
கோழி கிளறிக் குலைக்கிறதே
என்றெண்ணி
ஓரக்கண்கள் துடைப்பானோ?

என்னவெனினும் நிகழும்.
செல்லம்!
சொல்லி வைப்பாயோ,
அவனெனினும்
நொருங்கிப்போய்ச் சிறைவாழ்வைச்
சேராதிருப்பதற்கு.

02.06.85

எந்தக் கங்கையில் இந்தக் கைகளைக் கழுவுவது?

ஆண்ட பரம்பரைக்கு

எமதூரின்
மன்னவரை எங்கேனும் கண்டீரோ?

வானமுகட்டில்
வழி தெரியாச் சேனைப் புலத்தில்
காடுகளில்
ஊர்ப் புறத்துத் திண்ணைகளில்
அவருலவும் அந்தப்புரங்களில்

பாவம்,
ஊர் முழுக்கக் குலுங்கியதில்
ஒப்பாரி வைத்தழுது
பிறகும், வீசுகிற எலும்புக்காய்
விழுந்தெழுந்து ஓடி அலுப்புற்றும்
சாகாமல் உயிர் வாழ்ந்தார்.

கோடிப் புறமிருக்கும்
குதிரை லாயங்களில்
இரவுகளில் வந்து தங்குவாரோ?
பிடியும்,
சேணம் இட்டுவையும்.

தொலைநீளக் கடற்பரப்பில்
நீந்தித் தொலைத்தாரோ?
மறுகரையில் இன்னும் ஒருதடவை
அழுது தொலைத்தாரோ?

இளவாலை விஜயேந்திரன்

பொழுதின் இருட்டோடு
இராவணனின் புஷ்பகத்தில்
போய்ச் சேர்ந்துவிட்டாரோ?
சிம்மாசனம் அமர்ந்த
மாபெரிய மன்னவனின் படையெடுப்பை
விழிபதிக்க நாதியற்றுப் போனாரோ?
பாவம்தான்.

அக்கரையின் அரண்மனையில்
வீசும் சாமரையில் உடல் குளிர்ந்து
வேர்வையற்று
உண்டு களித்து வாழ்கிறாரோ?
ஓய்வுக்கு
வில்லெடுத்து வெளிக்கிளம்பிக்
காடுகளைத் திணறடித்து
(அவர் வீரம் தெரியாதா?)
வேக வைத்த பறவைகளை ருசிக்கிறாரோ?

மன்னவரின் தேரோடிய
வீதிகளில் கோடையிலோ
பாளம் வெடிக்கிறது.
வெடிப்புகளில் எங்களது
பச்சை ரத்தம் உறைகிறது.

கடல் குடைந்து மீன் தேடும்
மனிதர்களே!
அக்கரையில் அவருடைய தலை தெரிந்தால்
உரத்துச் சொல்லுங்கள்,
உங்கள் கிரீடம் எங்களிடம் இருக்கிறது.
தின்று கொழுத்தும் சிந்தித்தும்
உம்முடைய மண்டை பெருத்திருக்கும்.
வரவேண்டாம்.
அளவுள்ளவன் சூடிக்கொள்ளட்டும்.

மரணத்துள் வாழ்வோம் (தமிழியல் – கார்த்திகை 1985)

எந்தக் கங்கையில் இந்தக் கைகளைக் கழுவுவது?

பூட்டானின் இறைச்சிக்கடை

சுத்திச் சுத்திச்
சுழன்றும் உழன்றும்
தொலைவில்
நூறு துண்டாய்த் தெறித்தும்
மறுபடி
ஒன்று சேர்ந்து
வந்து சேர்ந்தாயிற்று.

'சுப்பற்ரை கொல்லை'

வட்டமாய் மேசை,
சதுரமாய்க் கதிரை,
சுற்றியோ
பழைய தோசையாய்ப் புளித்த
உழுத்தந் தலைகள்
ஆட்டலாம் அவற்றை –
உண்ணலாம், குடிக்கலாம்
எவற்றையும்.

விட்டத்தில் தொங்குது
தராசு.

எதனைப் போட்டு நிறுக்கலாம்?

வீதியெங்கும் சிதறிய குருதியை
சாம்பலாய்க் கரியாய்
எஞ்சியிருக்கும் வீடுகளை
கடைசி நிமிடத் துளியில்
சொந்த மண்ணை எட்டவுமின்றித்
தொலைவில்
அவலமாய் எழுந்த குரல்களை
நாய்களால்
குதறப்பட்ட எமது பெண்களை.

மறுபுறம்,
அவர்களின் நிலத்தில்
'எமது வீரத்'தில்
தொலைந்த உயிர்களை.

எங்கோ தொலைவில்
இருந்தபடியே
எமது சரித்திரம்
எழுதுவோம் என்றார்.

கால்களை நீட்டிக்
கைகளைக் குவித்துக்
குப்புறக் கிடப்பதும்
சரித்திரம் ஆனது.

சரணடைக!

சடலங்கள் மீது
சாம்பலைத் தூவியே
சரித்திரம் படைத்து
வயிறுகள் வளர்த்த
வீரபரம்பரை

இலக்கு, 09.06.85

எந்தக் கங்கையில் இந்தக் கைகளைக் கழுவுவது?

பாலை

வானத்தின் மேலேறி
வெண்முகிலைத் தொட்டு வந்தீரோ?
பெரியவர்தான், வாரும்.

பாலை வெளிப்பரப்பில்
சூரியனின் நேர்கீழே
நூறு நிறை தூக்கி நோ எய்தும்.
எண்ணைக் கொதிகலனின்
மேலும், கீழுமென
ஏறும் இறங்கும்.
எவனெவனோ இருந் தெழுந்து
பீச்சி விட்டுப் போகக்
கை அளைந்து கழுவும்.
வீசி இறைத்த வீதிக் குப்பைகளைச்
சேரும், பைகளிலே இட்டுக்கட்டும்.

பச்சை நிலத்துண்டும்
கட்டிடமும் சேர்ந்தபடி
படம் நூறு எடும், நாலு
கடிதம் ஊருக்கும் போடும்,
சேற்றுக்கு முலாம் பூசும்.

எமதூரில்,
பின்னேரம் நிலம் உழுது
அதிகாலை அது நனைக்கப்
பாதி எனினும் தேறாதோ?
சுதந்திரமாய் வீடும் நிறையாதோ?
போம்.

புதுசு, 10 கார்த்திகை 1985

இளவாலை விஜயேந்திரன்

கோடை இரவு

காற்றும் இல்லாமல்
மரங்கள் விறைத்தபடி
உதடுகள் கூடக்
காய்ந்து போயிற்று.

அந்தரத்தில் பாலூற்றும்
உச்சி நிலவு
இரவும் பாதியாய்க் குறைந்து
போயிற்று.
திறந்த யன்னலின் அப்பால்
இருள் கப்பிய
அடிவான் தொலைவரை
நீண்டு கிடக்கும் வயல் வெளியில்
மண்ணின் நிலவாய்க்
கோட்டு வரம்பில் ஓடிவருகிறாய்.

யன்னலின் அப்பால்
சொற்களற்று நீ
எப்போதோ வீசி எறியப்பட்ட
உனது வீணையின்
ஒற்றை நரம்பில்
ஏதோ கானம் எழுப்புகிறாய்.
இழையும் சுருதியில்
துயரைத் தெறிக்கிறாய்.
மறுபடியும்,
வரம்பில் ஓடி மறைகிறாய்.

எந்தக் கங்கையில் இந்தக் கைகளைக் கழுவுவது?

பந்தலிட்டுப் பெரிதாய் உனக்கு
மேடையிட
என்னால் முடியாது போயிற்று.
இப்போதும் கூட
இசையிலே நெஞ்சைக் கிளறலாம்.
கனகாம்பரங்களெல்லாம்
உலர்ந்துதான் போயிற்று
கொடிய இந்தக் கோடையில்.
எனினும்,
இங்கே வாசல் கதவு திறந்தபடி.

புதுசு, 11.02.87

இளவாலை விஜயேந்திரன்

எமது ரோமாபுரி

இறந்துபோன நீரோ மன்னன்
எமது மண்ணிலே
நூறாய்ப் பிறந்தான்.

எதிரியின் முகாமில்
இறைச்சி புசித்தான்.

நாட்டின்மீது
தீ படர்கையில்
சிம்மாசனம் பற்றியே
சிந்தித்திருந்தான்.

வீட்டுக் கூரைகள்
பற்றியெரிகையில்
உடன்படிக்கையில்
ஒடுங்கிக்கொண்டான்.

கொலைகளை
வரவுக் கணக்கில்
எழுதிக் குவித்தான்.

மண்ணை நேசித்து
மடிந்தவரெல்லாம்
மடையர்கள் என்று
பட்டம் சூட்டினான்.

சாக்கடை தோறும்
புழுத்துக் கிடக்கிற
பிணங்களைப் புணர்கிற
மன்னனை
நான் அறிவேன்எ
ன்தேச மக்களும் அறிவர்.

20.12.87

எந்தக் கங்கையில் இந்தக் கைகளைக் கழுவுவது?

இனி வரும் முளைகள்

நாங்கள்
சின்னதாய் இருக்கையில்
எங்கள்
அன்னையர் சொன்னதில்
எந்தவோர் செய்தியை
இடையில் நாம் மறந்தோம்?
அந்தநாட் பாடலில்
எந்தவோர் பாடலை
இடையில் நாம் மறந்தோம்?

இன்று ஓர் கடமையை
எம்மிடம் விட்டு
எம்
அன்னையர் சென்றனர்

முன்னர்போல்
இன்னமும் வளர்கிற
எமதிளம் சிறாரிடம்
எம்கதை சொல்லுவோம்.

இளவாலை விஜயேந்திரன்

மின்னலாய் வெடிக்கிற
துவக்கினை
மிருகமாய் வதைக்கிற
படையினை
இன்னமும் எம்முள்ளே
இருந்ததால்
கெடுத்திட்ட பகையினை
மண்ணினை மீட்கிற கனவிலே
மற்றவர் கால்களால்
மிதித்ததை
எம்மரும் தோழர்கள்
இரத்தத்தில்
எவரெவர் சுகம்பெற நினைத்ததை—

இவையெலாம்
அவரிடம் சொல்லுவோம்.
தளைகளை உடைக்கிற வலிவினை
எதனையும் எதிர்க்கிற துணிவினைக்
கொண்டதாய் அவர்களை
மாற்றுவோம்.

24.12.87

கேள்விகளைக் கேட்காதே

மகனே
இதயம் வெடித்தே இறந்துபோன
எத்தனையோ மனிதர்களில்
இவனும் ஒருவன்.

எப்பொழுதாவது
யுத்தம் இப்புறம்
ஓய்ந்துபோ யிருக்கையில்
இனிப்பும் கையுமாய்
உன்னிடம் வருகிற
மாமா –
எங்கு போனான் எனக் கேளாதே.

யேசுநாதர்
சிலுவையில் அறையப்பட்டது போல்
உனது மாமனைச்
சுவரில் அறைந்தனர்.

விலா எலும்புகளை நொருக்கி
இதயம் துளைத்துச்
சுவரையும் சிதறவைத்த
இயந்திரத் துப்பாக்கிகளின்
சன்னங்களைக் கேள்
'அவனை யார் கொன்றனர்?'

நானறிவேன்தான்
எனக்கவரைத் தெரியும்தான் ஆனாலும்
என்னைக் கேளாதே
நான் உனக்குப் பதில் சொன்னால்
எனது குருதியை
இன்னொரு சுவரில்
நீ காண நேரிடும்.

29.12.87

இளவாலை விஜயேந்திரன்

அயலவன்

கழற்று
இன்னமும் ஓராடை
உன்னிடம் உள்ளதாய்
அறியப்பட்டுள்ளது.

கழற்றியெறிந்துவிடு
அதனையும்

உன்
நிர்வாணம் காணவல்ல

உனக்கோர் சுதந்திரம்
கிடைத்தலுக்காய்
என்று
வந்து நிற்கிறான் ஒருவன்.

14.01.88

எந்தக் கங்கையில் இந்தக் கைகளைக் கழுவுவது?

பதினொராவது கட்டளை

சற்று நிதானமாய்க்
கனவுகாணப் பழகிக்கொள்

கனவுகளிலாதல்
வீதிக்குப் போனவர்
உயிருடனே வீடு திரும்பலாம்.

பெண்கள்
கழுகுகளினால்
குதறப் படாதிருக்கலாம்.

பெற்ற புதல்வர்கள்
ஒருவரோடொருவர்
துப்பாக்கிகளால்
பேசாதிருக்கலாம்.

வீட்டுக் கூரையில்
போர்விமானங்கள்
நடந்து திரியாதிருக்கலாம்.

அல்லது
'பிணக்குத் தீர்க்க' வந்தவர்கள்
பிணங்களை விழுத்தாதிருக்கலாம்

இனிமேலாதல்
தயவு செய்து
கனவுகாணப் பழகிக்கொள்.

02.04.88

இளவாலை விஜயேந்திரன்

அழுத்தம்

பேய்கள் வராமலே
குருதி நாடியுள்
உறைந்ததென் கனவில்.

வயற்காற்றுலாவும்
வகுப்பறை வாசலைக்
காலையில்
ஒற்றைக் கூந்தலும்
ஈரமல்லிகையும்
கடந்துபோகும்.

அசோகமரத்தைக்
கடக்கிற வரையில்
இமைகள் இருப்பதே
மறந்துபோகும்

சுவர்க்கப்பாலும் –
நெற்றியில் புரளும்
ஒற்றைமயிர்க் கற்றையினைக்
காற்றலைப்பதைக்
கண்கள் அறியும்.

துருவத் தொலைவில்
உறைபனிக் காலையில்
பத்து வருடப்
பிறகும் –
ஒரு கணம் எரிந்தேன்.

02.04.88

எந்தக் கங்கையில் இந்தக் கைகளைக் கழுவுவது?

ஊர்வம்பு

ஒற்றைக் கிடுகு வைத்து
மறைப்புக்குக் கட்டிய வேலி.
இப்பாலும் அப்பாலும்
வீடுகள் தனித்தனி.

என்றாலும்
முன்பொருநாள்
எல்லாக் காணியும்
ஒன்றாய்க் கிடந்ததெனச்
சிலபேர்கள் சொல்வதுண்டு.

இரண்டும் மண்வீடே
இரவுபகல் பாராமல்
கதிர்வந்து தரையிறங்க
ஓட்டை வைத்த கூரைகளும்
பொதுவே.

அவ்வப்போது
குடும்பப் பிணக்கென்று
கோடாலி தடி விறகு
என்றுபல பாவித்து
அடிபடுதல்கூடப்
பொதுவே.

இளவாலை விஜயேந்திரன்

ஆனாலும் நேற்றைக்கோ
பெரிய வீட்டான்
உலக்கையுடன் வேலிபாய்ந்தான்.
சிறுவீட்டில் நெடுநாளாய்
அழுதபடி கிடந்தவளை
ஆதரவாய்த் தூக்கி
முகத்தில் உதைந்தான்.
பிறகு
நெருப்பெடுத்து
முதுகெல்லாம் சுட்டான்.

பாதிஉயிர் போனபின்பு
அறைக்குள் வீசியெறிந்து
பூட்டிவிட்டு
இந்தப் புருஷனுடன்
உண்டு களித்துவிட்டு
இவள் காதில் வந்து சொன்னான்
'உன்னைப் பாதுகாப்பேன்'

01.05.88

வீணையும் வாளும்

மண்ணோடிருந்த
கவிஞர்கள் பலபேர்
தொலைந்து (அல்லது இறந்து) போய்விட்டார்கள்.
கவிதைகளும்
புதைகுழிக்கே
போய்ச் சேர்ந்ததாய்த்
தகவல் வந்தது.

வீணையும் வாளும்
தொலைக்கப்படுவதில்
யாருக்குச் சம்மதம்?
அச்சமற்றிரு
தொலைந்து போனவை
மீட்கப்படும்.

16.05.88

இளவாலை விஜயேந்திரன்

தெற்கு

சோதி திரண்டு வருகிறது
நேற்றைக்குப்
புதைகுழிக்குள்
போன சடலமெல்லாம்
மேலிழுத்து வருகிறது.

காற்றொன்று புதிதாய்க்
கருக்கொண்டு வருமாப்போல்
சப்பவும் இன்றித் துப்பவும் இன்றித்
தவிர்க்க இயலாது வந்துளது.

அனர்த்தமே நேரலாம்
ஆனாலும் –
யார் இதனைத் தடுப்பார்?

காலத்தின் தேவையென்று
கற்றவர்கள் சொல்லுகிறார்.

சுழல்காற்றுவீசி
முகிலை அள்ளிப் போய்விட்டால்
வானமாதல் தெளிவாகும்.

31.05.88

எந்தக் கங்கையில் இந்தக் கைகளைக் கழுவுவது?

அவர்கள் வந்தபொழுது

துப்பாக்கியுடனே
இரவுபகல் கண்விழிப்பு

துயரும் மகிழ்வும் சுழல்கிற
வாழ்வில்
இளமையை எரித்து
ஒருவழிப் பயணம்

எதையும் இழப்பினும்
எப்போதோ இந்த விலங்குகள்
தெறிக்கும்
என்று நம்பியிருக்க

இட்டது இட்டபடி
இடையில் கனவு முறியும்.

வேட்டைக்காய்ப்
பட்டினியோடு கிடந்தவன் இரையை
வேறொரு மிருகம் கொண்டுபோனதாய்

23.06.88

இளவாலை விஜயேந்திரன்

வாழுதல்

மோதிற்று
சுவரில் பந்து
பிறகு மீண்டு வந்தது.

பூட்டிய வீட்டுக்குள்
கண்காணாத் தொலைவுக்குப்
பந்தை உதைய யாரால் இயலும்?

உறைகிற குளிரில்
அவ்வப்போது –
உறங்குகையில்
மூடிக்கிடக்குமென்
இமைகளின் மடலில்
ஓசையிடாமலே
இதழ்களின் ஈரம் பதிக்கிற
உன்னைப் பற்றிய கனவொடு
மறுபடி –

என்னிடம் வந்தது
பந்து.

20.07.88

எந்தக் கங்கையில் இந்தக் கைகளைக் கழுவுவது?

மழைக்கால அறுவடை

பட்டலுத்துச் சொன்னவர்கள்
கேளாமல்
மழைவெள்ளம்
கலக்கியதால் வந்தவினை.

பெரியோர் சொல் கேளாமல்
இருப்பதுதான்
'நாகரிகம்' என்பதனால் –
நரகத்தை
விரலிடுக்கின் வேதனையில்
உணருகிறாய்.

சொறியாதே
உடைப்பெடுக்கும்
காலுக்கும் பரவிவிடும்.

வெள்ளம் வந்து
பயிர்முழுதும் அழுகிவிடும் –

சிறுபோக விளைச்சலுக்காய்க்
குளம் முழுதும் திறக்காதே.

தூறலெதும் விழுந்தாலும்
தலைமுழுதும் போர்த்திக்கொள்.

25.07.88

மீண்டும் வாழுதல்

எனது பூமியின் மார்பில்
அலைக்கரங்கள்
அறைந்து அலறின
நீ தொலைந்து போனதாய்.

கடல் நடுவே
நீ –
காணாது போய்விட்டதாய்ச்
சொல்லப்பட்டதை
மறுத்தேன்.

மனிதநேயம் கொண்டவர்க்கு
மரணம் நேர்வதை
ஏற்பதற்கென் இதயம் மறுத்தது.

உனது உடலை
எரிக்கவுமில்லை புதைக்கவுமில்லை
என்பதாய்ச் சொன்னார்.
வழிகாட்டி மரங்களை
எரிப்பதுமில்லை புதைப்பதுமில்லை
என்பதைச் சொன்னேன்.

விழுதுகள் பரப்பிய ஆலமரமாய்ப்
புயலிலும் பெயரா உறுதியும்
என்றோ எமது மண்ணினை
மக்களுக்காக மீட்கும் வலிவும்
தொலைவையும் அருகையும்
உண்மையாய் நோக்கும்
ஒளிமிகுந்த கண்களும்
கொண்டிருந்த என் தோழ!

எந்தக் கங்கையில் இந்தக் கைகளைக் கழுவுவது?

துப்பாக்கிகள் மாத்திரம் பேசித்திரிந்த
எமது மண்ணிலே
தோழமையோடு உன்குரல் எழுந்தது.

அவ்வப்போது
சென்னை வீதிகளில்
சைக்கிளில் உன்னைச்
சுமக்கிற போதெலாம்
உன் தோள்களில் கிடந்த
சுமையினைக்
கண்டு நான் திகைத்தேன்.

இன்று நான் இவற்றை
மறுபடி நினைக்கையில்
விழிகள் நனையும்.

என் இனிய தோழ
இப்போதைக்கு
இவற்றை மாத்திரம்
உனக்குச் சொல்லலாம்.

தமிழனாய்ப் பிறந்தும்
யாழ்ப்பாணத்தின் விலங்குப் பிடியில்
அழுந்திய மனிதர்கள்
இன்றும்
புழுதியில் வாழ்கிறார்.
எப்போதாவது
நீ வருவாய் என்று
நம்பிக்கையோடுளார்.

எனது தேசம்
கண்கள் பிடுங்கப்பட்டுக்
காட்டில் அலைக்கழிக்கப்பட்டாலும்
இன்னமும்
உயிர்த்தெழல் பற்றி
நம்பிக்கையோடிருக்கிறது.

இளவாலை விஜயேந்திரன்

என் பிரிய தோழ
ஆயிரமாயிரம் மைல்களின் தொலைவில்
உறைகிறபோதும் உப்புக்கரிக்கிற
துருவக்கடலிலும் –
வெண்மணல்மீது சூரியனுக்காய்த்
தவம்கிடந்த எனதுகாதிலே
உனதுபெயரை
இசைத்துப் பாடவும் அலைகள்
இருந்தன.

கடலலை நடுவே
அழிந்து போனதா(ய்)
உனது வாழ்வு.
கடலலை கடந்து
தொலைந்து போனதாய்
எனது வாழ்வு.

உன்னைப் போலவே
மீண்டுபிறத்தலில்
மண்ணோடிணைதலில்
நம்பிக்கையோடுளேன்.

28.07.88

வாடையும் கோடையும்

சொன்னாலே சுட்டெரிக்கும்
சென்னை வெயில்.

மனிதயந்திரங்கள்
மூச்சுவிடக்
காற்றும் அனலாகும்
ஆனிவெயில் நாளில்
ஒதுங்குதற்குத் தற்செயலாய் –
குடைவிரித்தபடி
ஒரு மரம் கிடைத்தது.

சிறுகணத்தில்
தோளில் இடையில்
கீழெல்லாம்
ஒரு வாடை பரவுவதாய்த்
தேகம் உணர்ந்திற்று.
கோடை வெறும்
கனவாக மாறிற்று.

யார் உதைத்தார் எனை?

அடி பெண்ணே!
இட்ட அடியெல்லாம் வீதியிலே
ஒட்டிடவும்
இழுத்துப் பெயர்த்து
ஓடி வந்தேன்.

இனி
ஒதுங்கநூறு மரங்களுள்ள
என் தேசம் செல்வேன்.

29.07.88

இளவாலை விஜயேந்திரன்

தேசம்

கன்னிப்பெண்
கருத்தரித்தால் பாவமென்று
வந்து நிற்கின்றார்
கருவை அழிப்பமென்று.

'வேலி' தாண்டிய
வினைக்குத் தண்டனையாய்க்
கருச்சிதைவை
ஏற்க மறுத்தேன்.

தாலி கழுத்திருக்க
வேசிப் புணர்ச்சியிலே
விளைந்த மனிதரெல்லாம்
வீதியில் திரிகையில் –

நெடுநாள் தவமிருந்து
விதைத்த கருவறுக்கக்
கத்தி பொல்லெடுத்து
வெருட்டுகிறார்.

நொண்டி குருடென்று
பிறந்தாலும்
ஏற்பேனேயன்றி
இடையில் கருவறுக்க
ஒருநாளும் ஒப்பேன்.

07.08.88

எந்தக் கங்கையில் இந்தக் கைகளைக் கழுவுவது?

மனம்

வீதி விபத்தொன்றில் –
இல்லை,
வேறெதோ இளமை அவசரத்தில்
எனதாத்மா
கொலையுண்டு போனதாய்ச்
சொன்னேன்.

இல்லையென்றார் எனது
நண்பர்கள்.
தொலைந்துதான்
போயிருக்கும்
ஆனாலும்
கொலையில்லை என்று சொல்லிக்
கொல்லைப்புறமெல்லாம் தேடிச்
சலித்துவிட்டு
'இல்லைத்தான் ஆனாலும்
எளிதில் கிடைத்துவிடும்' என்றார்.

நம்பியிருந்தேன்
இடையிடை
கள்ளுக் குடிக்கையிலும்
தோளில் தட்டிச் சொல்வார்
'தொலைந்ததெல்லாம் மீட்டிடலாம்'

இளவாலை விஜயேந்திரன்

நெடுநாளின் பிறகாக
நீட்டிச் சவம்கிடத்தி
நெருப்பெரிக்கும்
சுடலையிலே
பாதிக் கருக்கலுடன்
மீட்டெடுத்தேன்.

நேற்றுக்காலை
புன்னகைக்க மறுத்த
இளம் பெண்ணே
இனி –
எந்த இடுகாட்டில்
இதை நான் புதைக்க?

07.08.88

எந்தக் கங்கையில் இந்தக் கைகளைக் கழுவுவது?

மேற்கு

மேற்கு
எந்தப் பக்கம் இருக்கிறது?

ஆசியாவுக்கு
அமெரிக்கா மேற்காம்
அமெரிக்காவுக்குக்
கடலொன்று மேற்காம்
அந்தக் கடல் நடுவே
ஆசியா மேற்காம்.

புரியவில்லை
மாங்கொப்புகளிடையே
நிலவொழுகும் இரவுகளில்
பாதி இரவுக்கும் அப்பால்
கண்விழித்து
நீ எழுதுகிற கடிதங்களில்
என் வீடே
உனக்கு மேற்காம் என்றாய்.
அப்போதெல்லாம்
மேற்கில்தான்
உனது சூரியோதயம்.

இளவாலை விஜயேந்திரன்

ஒவ்வொரு மாலையும்
றோசாச் செடிகளையும் மதிலையும்
தாண்டியபடி
சூரியோதயத்துக்கான
உன் விழிகளின் நெடுந்தவம்.
இன்றைக்கு
பறவைகளும் கூடுதிரும்பியபிறகு
உனது மகன்
'எது மேற்கு?'
என்றாலோ
சிவந்திருக்கும்
அடிவானைச் சுட்டி
'சூரியன் போயுறங்கும்
திசையே மேற்கு'
என்கின்றாய்.

என் ஆத்மாவின் சினேகிதியே!

காலங்களோடு
மனிதர்கள் மாறுவது பற்றியெல்லாம்
அறிந்துளேன்.
திசைகளைச் சுட்டும்
வகைகளும்
மாறுவதறிந்திலேன்.

நேற்றைய சூரியன்
எங்கே மறைந்தது?

19.08.88

மண்வாசம்

வீட்டோடு தங்கின
பறவை மிருகமெல்லாம்
வந்த வெளியார்க்கு
விருந்தாச்சே.

கொப்புலுப்பிப்
பூவுதிர்க்கும் வாகைமரம்
கொடியவர்கள் தங்க ஒரு
நிழலாச்சே.

தலைநிமிர்ந்து
தோப்பான தென்னைமரம்
தலைவெட்ட வந்தவரின்
தாகம் தீர்க்கின்ற
மருந்தாச்சே.
விதியை நொந்து
என்ன செய்ய
விருந்தோம்பல் என் மண்ணின்
குணமாச்சே.

02.01.89

இளவாலை விஜயேந்திரன்

மறுபடி எழல்

வீழ்ந்தோம்தான்
வேதனையில் கை கால்கள்
துடித்தனதான்
என்றாலும்
எழுந்துநிற்போம்.

இனியாதல்
நிழலுடன் போரிடாது
நிஜத்துக்கு முகம் கொடுப்போம்

எம்தோளில் மகரந்தம்
தூவுதற்குக்
காலம் இசையவில்லை
சரிதான்
இனியென்ன?

மகரந்தம் வேண்டுமென்று
மரத்தை உலுப்புவதா?
பூ உதிர்ந்து போய்விடும்
இன்னோர் சந்ததியின்
விதையெரிக்கப் பட்டுவிடும்.

எம்மைப் போல்
இன்னும் எவரெவர்க்கோ
விதி இவ்வாறு நேர்ந்துளது.

தெருவெல்லாம் பிணம்கிடந்து
எரிகின்ற நாளும்
இரவெல்லாம் அழுகுரலே
எழுகின்ற நாளும்
பூமித்தாய் பயத்தோடு
நடுங்குகிற நாளும்
இனியாதல் வேண்டாம்.

எந்தக் கங்கையில் இந்தக் கைகளைக் கழுவுவது?

கோவணத்தையும் அவிழ்த்துக்
கொடியாகப் பறக்கவிட்டால்
யாருக்கு லாபம்?

எல்லா மாடுகளும்
நலமடிக்கப் பட்டுவிட்டால்
இயந்திரம் வந்தா
கன்று தருவது?

இயற்கை நியதிகளை ஏற்று
வாழ்க்கையினைச்
செப்பனிடாது விட்டால்
சிலை வைக்கக்கூட
ஓரிடமும் எஞ்சாது.

காற்றடிப்பில் என்ன
கடல்வற்றிப் போயிற்றா?
நிலம் நடுங்கியென்ன
மரம் விழுந்து போயிற்றா?

கோடிக்குள் எங்கள்
கலப்பை தொங்குகிறது
தூசுதட்டு அதையெடுத்து.

வலையெல்லாம் மணலுக்குள்
புதையுண்டு கிடக்கிறது
எடுத்ததனைப் படுக்கவிடு கடலுக்குள்

இத்தனை குண்டுகளின் பின்னும்
எங்கள் பனைமரங்கள் பார்
எழுந்தபடி நிற்கிறது.

17.02.89

இளவாலை விஜயேந்திரன்

சோலைகளும் சுவாசங்களும்

கடவுளே ஒருநாள்
கூந்தலுக்கு
வாசம் உண்டென்று
வாதிட்டுத் தோற்றதாய்க்
கதையொன்றுண்டு.

இன்று
சேலை கட்டிய பெண்
ஒரு வாசம் கொண்டிருப்பதாய்
ஆய்ந்தறிந்துள்ளார்கள்.

சுதந்திரக் காற்றின்
சுவாசத்தில் இருக்கின்ற
வாசத்தை
அறிய விரும்பாதவர்களுக்கு
இவைகள் –
வாசமாயிருக்கட்டும்.

எனக்கு
சுதந்திரக்காற்றின்
சுவாசமே வேண்டும்
பிறகு தேவையெனில்
என் மூக்கும் இந்த
வாசங்களை வாசிக்கட்டும்.

17.02.89

எந்தக் கங்கையில் இந்தக் கைகளைக் கழுவுவது?

உண்மை சு(டப்ப)டும்

ஆயிரம் ஆண்டுமுன்பு
உண்மையைச்
சிலுவையில் அறைந்தார்கள்.

பிறகு
குழிதோண்டிப்
புறங்காலால் மண்தள்ளிப்
புதைத்துவந்தார்கள்.

இப்போதெல்லாம்
இவை நாகரிகம் இல்லை.

சமயங்களில்
உண்மை மின்கம்பங்களில்
கட்டப்படுகிறது.
சிறுகணத்தில்
கழுத்துக்கு மேற்பகுதி
சரிந்து தூங்குகிறது.

இல்லையென்றால்
வீடு வீதியென்று
மதில்பாய்ந்து
குண்டெறிந்து சுடப்பட்டுக்
கொலையுண்டு போகிறது.

வீதியே வசதியென்றால்
நடுவே
விறகுகட்டை அடுக்கினாற்போல்
துடிதுடிக்கக்
கொழுத்தப் பட்டதாயும்
செய்தியொன்றுண்டு.

இனிவரும் நாட்களில்
எது நாகரிகம் என
எப்படி நான் கூற?

19.02.89

இளவாலை விஜயேந்திரன்

இன்னும் வளராத பெரியவர்களுக்கு

வசந்தம் பற்றிய
பாடலுக்கு மெட்டமைத்துப்
பிறகு
இலையுதிர்காலம் பற்றியும்
எச்சரிக்கிறீர்கள்.

பகல் வெளிச்சத்துக்கு
வரவேற்புக் கூறுகையில்
இரவைக் காட்டிப்
பயமுறுத்துகிறீர்கள்.

நிலம் பற்றி
நம்பிக்கை ஊட்டி
நீர்நிலைகளுக்குள்
இறக்கிவிடுகிறீர்கள்.

தூக்கணாங் குருவிக்கும்
தூக்குக் கயிற்றுக்கும்
சம்பந்தம் என்ன?

எதுபற்றியும்
சொல்லிக் கொடாது
ஓர் இடைவெளியை
விட்டுவைத்தால் என்ன?

எந்தக் கங்கையில் இந்தக் கைகளைக் கழுவுவது?

கற்களைப்
புடலங்காய்க்குக் கட்டுவதா
அவற்றால்
காகம் துரத்துவதா என
எமக்குத்தான் புரியவில்லை
போகட்டும்.

சிறுவர்களையாவது விட்டுவையுங்கள்.

அவர்கள் தாமாய்
இவைபற்றி அறியட்டும்.
அறிந்தபிறகு
கற்களால் சண்டையிடுவதா
இல்லை
கற்களால் வீடுகட்டுவதா என
அவர்கள் தீர்மானிக்கட்டும்.

20.02.89

இளவாலை விஜயேந்திரன்

விளைநிலம்

ஒரு சிறு கனவுக்காகவேனும்
இனிய மகரந்தப் பொடிகளோ, பூக்களோ அற்று
எம் தேச வெளியெங்கும்
குருதிப் படலம் மூடியுள்ளதாய் உணர்கிறேன்.

மனதையே கீலமாய்க் கீறவும்
எம்மிடை ஆட்கள் இருந்தனர்.
கொடிய சோகம் நெஞ்சைப் பிழியவும்
வார்த்தைகளற்று வெறுமனே இருந்தோம்.

போயிற்று
எமதினிய உயிர்கள்
கண்களிலிருந்து குருதியே பெருகவும்
காட்சிகள் உருக்குலைந்தே போயின.

எனினும் என்ன,
இன்னும் எனதூரில்
பின்னேரமானால் மாடு சாய்த்தபடி
வீடு செல்கிற மனிதரைக் காண்கிறேன்.

திரைகளை நெரித்து
வலைகளைப் படுத்திக்
காத்திருக்கின்றார் கடல்மடியில்.

காய்ச்சிய இரும்பெல்லாம்
எங்களூர்க் கம்மாலையில்
பொறி தெறிக்கிறது.

காலத்தையும் கடந்து
பொறிகள் தெறிக்கும்
பெருந்தீ மூளுதற்காய்.

பாலம், 01.03.89

எந்தக் கங்கையில் இந்தக் கைகளைக் கழுவுவது?

சித்திரை வாழ்த்து

சித்திரையில் காற்றடிக்கும்
நிலவிருக்கும்
உச்சிக் கொப்பெல்லாம்
சிவப்பாகும் முள்முருக்கு.

வசந்தத்தை வரவேற்க
இசையெழும் ஊரெலாம்.
வருடம் ஒன்று
புதிதாய் ஜனிக்கும்

குதூகலத்தில் வெடிகொளுத்தும்
வழியிழந்த தெம் தேசம்.
கொலை நிகழும் தினமும்
கொடியவர்கள் கால்பட்டு
இரத்தச் சேறாய்
எம்பூமி ஆனாலும்
முடிவிதுதான் என்று உறுதிபட
வாழ்வை நோக்கி
வீரமுடன் எழுவர் எம்மக்கள்.

இங்கு துருவத்தில்
குளிர் தழுவும்
வசந்தத்தில்
எழும் உணர்வின் வலிவை
எம் தேசம் அனுப்பிவைப்போம்.

எம் தேச மக்களிடம்
எஞ்சியுள்ளன
கரங்களும் தோள்களும்
மனதிலே வலிவும்.

வாழும் எம் மக்களை
வாழ்த்திடுவோம் இங்கிருந்து.
எங்கள் அனைவருக்கும்
இசையட்டும் புதுவாழ்வு.

சித்திரை 1989

இளவாலை விஜயேந்திரன்

காணாது போன சிறுவர்கள்

ஆலமரமிருக்கும்
கீழோ, ஊஞ்சல்
ஆடிக் களிக்கவென
நீள விழுதிருக்கும்.

சற்று அப்பால்
பொன்னொச்சி பூத்துச்
சிரித்திருக்கும்.
கிழக்காய்,
மாரி மழை நடுவில்
ஊற்றெடுத்துப் பரந்துபடும்
குளமிருக்கும்.

கட்டைப் பனைமரத்தைக்
கப்பலாக்கிக்
கால்த்துடுப்பில் நீர்கடக்கும்
சிறுவர்களை மட்டும்
காணேன்.

பலகாலம் குண்டெறிந்தும்
தலைகுனியாப்
பனைமரத்தின் மீதேறிப்
'பால்' கறக்கும்
முதியவரைக் கேட்டேன்.

'காசுவயல்க் கதிரறுக்கக்
கனடா போய்ச்
சேர்ந்தார்கள்'
என்றார் கவலையுடன்.

03.04.89

எந்தக் கங்கையில் இந்தக் கைகளைக் கழுவுவது?

எனது வாசகம்

துருப்பிடிப்பதை நான்
துடைக்கக் கண்டால்
ஆயுதம் செய்வதாய்
அச்சங் கொள்கிறார்கள்.

காற்றின் இசையை நான்
கவிதையாக்கினால்
ஒற்றனாய் என்னை
உளவறிகிறார்கள்.

சுதந்திரம் பற்றி நான்
சற்று முணுமுணுத்தால்
துப்பாக்கிக் குழலால்
தலை சீவுகிறார்கள்.

சல்மான் ருஷ்டி
உனக்கென்ன...
பொலிஸ் காவல்.
எனக்கு?

18.04.89

இளவாலை விஜயேந்திரன்

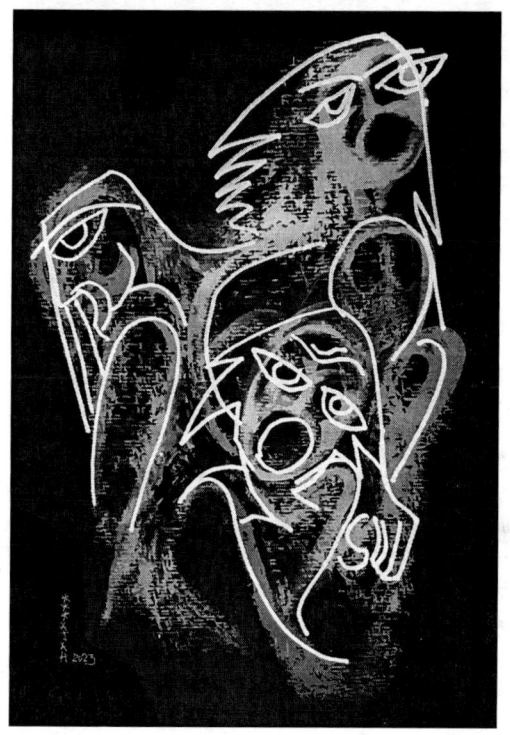

காணி நிலம் வேண்டும்

விண்ணப்பம் ஏற்கப்பட்டு
அகதியென்று
விடை தேவை.

அகதியென்று ஆனபின்னால்
நல்லதோர் நகரசபை
என்னைப் பொறுப்பெடுத்தல்
வேண்டும்.

ஏற்ற நகரசபை
ஐந்தால் பெருக்குகையில்
'ஐம்பது' மிஞ்சுமாப்போல்
வேலையொன்று தரவேண்டும்.

எந்தக் கங்கையில் இந்தக் கைகளைக் கழுவுவது?

வேலையை நிரந்தரமாய்
ஆக்கிவிட்டு
ஒஸ்லோவில்
வீடு வாங்குதற்கும், வசதியெனில்
காரொன் றெடுப்பதற்கும்
கடனுதவி செய்யவேண்டும்.

ஊரில் காணியொடும்
வீடு கிணற்றோடும்
இன்னொரு 'ஜெயப்ரதா'
அமையவேண்டும்.

இவைகள் தருவாயோ?
'இல்லை'
என்று மறுப்பாயோ?
சொல்லு பராசக்தி!
சேர்த்த காசை
வீட்டுக்கனுப்பு முன்னம்.

18.04.89

இளவாலை விஜயேந்திரன்

கனவிலும் தொடர்வது

கெட்ட கனவொன்று
கண்டேன் தோழி
கேளிதை.

சுட்டார்கள் செத்தார்கள்
கூரையில் தீ
இட்டார்கள் என்பதெல்லாம்
பழசாகிப் போயிற்று.

இதுவோர் கெட்ட கனவு.

என்னைக் கழுமரத்தில்
ஏற்றிவைத்தார்.
முன்னால் வந்து குவிந்துநின்று
"என்னவிதம் நீ
வெளிநாடு போய் வாழ்ந்தாய்?
இங்கு நாங்கள்
பட்ட துயரெல்லாம்
அறிந்தபின்னும் எமை
விட்டு விலகி
வெளிநாட்டு வாசத்தில் சொகுசுகாண
என்ன உரிமையுண்டு?"
என்றார்.

எந்தக் கங்கையில் இந்தக் கைகளைக் கழுவுவது?

"மண்ணை நேசித்தேன்
மனிதரை நேசித்தேன்
இன்னும்
புல் பூண்டு பூச்சியினம்
சோலை வீதியென்று
என்னைச் சுற்றியுள்ள யாவும்
அன்பு வைத்தேன்
சில இரவு துயிலிழந்தேன்

பின்னால்
துப்பாக்கியோடொருவன்
நின்றபடி இட்ட கட்டளைகள்
ஏற்க மறுத்தேன்.
சுட்டு வெருட்டினார்
போய்ச் சேர்ந்தேன் பிறதேசம்"
என்றேன்.

"உன்னை மன்னித்தோம்"
எனக்கூறி நெற்றியிலே
சுட்டார்கள் மூன்றுதரம்.
செத்தேன்!

05.07.89

இளவாலை விஜயேந்திரன்

முகமுகம்

முகிலிறங்கித் துகிலாகும்
தொடர்மலைகள் இங்கும்தான்.

மலையிறங்கும்போதும்
உடல் குலுங்காப் பதத்தோடு
எனைச் சுமந்த பஸ்வண்டி
'சென்றல்'* வந்து சேர்ந்தவுடன்
எனைத்துப்பி எறிகிறது.

'ட்றபிக்கன்ரன் ரவரு'**க்குக் கீழாக
நடக்கின்றேன்.
காலம் அறியாது கடலிறங்கும்
சூரியனின்
கடைசிக் கதிர்பட்டு
மினுங்கும் துறைமுகம்.

கட்டிடத்தின் மேலாய்
மின்னும் கோட்டு ஒளி
வெப்பநிலை பதின்நாலாய்ச்
செப்பும்.

கால்நடைகள் போல் மனிதர்
வேகமுறும்
"காள் யோஹான்"*** வீதியிலே
சூடடிப்பு வயல்வெளியில்
கிளம்புகிற புழுதியெனச்
சத்தம் விழுங்குகிற காற்று.

எனைக் கடக்கும் ஒவ்வொருவர்
முகங்களையும் பார்க்கின்றேன்.
குளிர் தவிர்க்க விரைகின்ற மனிதரிடை
நீ இல்லை.

நீ இங்கில்லையென்றாலும்
உலகத்தின்
ஒவ்வோர் மூலையிலும்
அலைப்புண்ணும் போதெல்லாம்
இந்நாளில் மட்டும்
உன்முகத்தைத் தேடி
அலையும் என் மனது.

காற்றசைக்கும் மாமரத்தின்
கீழே
பூக்கள் மட்டும் உதிரட்டும்
ஒரு குண்டும் உதிரவேண்டாம்
என்பதாய் வேண்டும்
மனது.

மார்பில் முகம் புதைத்துப்
பேசுதற்கு
என்னருகில் இன்று யாருமில்லை.

எண்ணெய் வடிந்ததுபோலென் மனதில்
தோற்றமுறும்
இந்த நகரத்து மனிதரிடை—

உனது முகம் இல்லை
எனக்கும் முகம் இல்லை.

26.09.89

* 'சென்றல்': ஒஸ்லோ மத்திய தொடருந்து நிலையம்

** 'ட்றபிக்கன்ரன் ரவர்': மணிக்கூட்டுக் கோபுரம் ஒன்று

*** 'காள் யோஹான்': தொடருந்து நிலையத்தையும் நோர்வே அரச மாளிகையையும் இணைக்கும் புகழ்பெற்ற நடைபாதை

எந்தக் கங்கையில் இந்தக் கைகளைக் கழுவுவது?

மார்கழி'89

"யாருக்கும் சொல்லிவிடாதே"
என ரகசியமாய்
ஒப்பந்தங்கள் உருவாகின்றன.

உலகமே வெப்பமடைவதாய்
விஞ்ஞானிகள் எச்சரிக்கிறார்கள்.

"கார்ள் மாக்ஸின் கனவுகளை
யார் அதிகம் விற்பது"
என்று
கிழக்கே ஏலம் நடக்கிறது.

இன்னும் ஒருகோடி குழந்தைகளுக்கு
மரணம் பற்றிய செய்தி
அனுப்பியாயிற்று.

'இந்த வருடம் குளிர் அதிகம்' என்று
அனேகம்பேர்
பெண்களை
அரவணைத்துக் கொள்கிறார்கள்.

என்னுடைய காதலி
தனது மூன்றாவது குழந்தைக்கு
என்ன பெயர் வைக்கலாமென
யோசித்துக் கொண்டிருக்கிறாள்.

இளவாலை விஜயேந்திரன்

வாடகையைச் சுளையாய் விழுங்குகிற
ஒஸ்லோ அறையொன்றில்
ஒன்பதாவது தடவை
'அடுத்த வருடமாவது...'
என்றெண்ணி
முகட்டில் புகைவளையம்
சிதைத்தபடி
சிதைந்தபடி...
நான் –

10.12.89

எந்தக் கங்கையில் இந்தக் கைகளைக் கழுவுவது?

உயிரியற் கடியாரம்

என்னுடைய 'உயிரியற் கடியாரம்'
செயலிழந்து போயிற்றையா.

நீண்ட விழித்திருப்பு
தினசரியும்.
சாமம் ஆகி எல்லாச்
சனங்களும் கட்டிலில் போய்ச்
சரிந்தபின்னும்
போர்த்த உடல்
வேர்த்தாலும் வெளியில் வர
அவதியுறும் மனது.

போர்த்தபடி ஊரின் செய்திகளை
மீட்டு அசைபோட்டு நெடு
மூச்செறியும்.

போரும் உயிரிழப்பும்
வாழ்வென்று –
ஏதும் கேள்வியிலா
வாழ்வவர்கள் வாழ்கையிலே
நான் மட்டும் சரிந்து தூங்குவது
எந்த நியாயமென்று
மூடாது கண்ணைத்
திறக்க முயற்சிக்கும்.

இளவாலை விஜயேந்திரன்

அதிகாலை போர் முடியும்
இழுத்து மூடும்
இமை மடல்கள்.
சரிந்து சோர்ந்துவிடும்
பொய் போர்த்த உடம்பு.

உறக்கம் கலைகையிலோ
ஊர் மறுபடியும் உறங்குதற்குத்
தயாராகும்.

கண்ணுக்குத் தெரியாமல்
குளிர்காலப் பகல்சாகும்
இறுக மூடிய என்னறையுள்.

காலப் பிழைதானோ
காற்றடிப்பில் திசைமாறிச்
சேர்ந்த இடத்தின்
பிழைதானோ

என்னுடைய உயிரியற் கடியாரம்
செயலிழந்து போயிற்றையா.

12.01.90

எந்தக் கங்கையில் இந்தக் கைகளைக் கழுவுவது?

மூன்று குரங்குகள்

இம் என்னுமுன்னே
இருநூறும் முன்னூறும்
அம் என்றால் ஆயிரமும்
ஆர் தருவார் இன்றைக்கு?

இன்றைக்கு மன்னர்கள்
எங்குள்ளார்
பொற்கிழிகள் கவிதைக்குப்
பரிசாய்த் தருதற்கு?
எல்லாமே குடி(?)யாட்சி.

இம்மென்று மூச்சுவிட்டால்
எதற்கென்பார்.
அம் என்று தொடங்கினாலோ
அதட்டிடுவார்.

பேசாமல் ஒன்றுசெய்!
பெண்களையோ பூக்களையோ பாடிப்
பொழுதைக் கழித்துவிடு.

இல்லையெனில் உன்பாட்டில்
தீயவற்றைப் பாராமல்
'தீயவற்றைக்' கேளாமல்
'தீயவற்றைப்' பேசாமல்
வாழும் வழியைப் பார்.
நல்ல மனிதரெனப்
போற்றிப் புகழ்ந்திடுவார்.
குளிர்காயப் புகழ் கிடைக்கும்.

18.01.90

இளவாலை விஜயேந்திரன்

இன்னொரு பாரதம்

நீண்டு தொடர்ந்த
இருட்கூட வாசம்
உன்னை வாமனரூபமாய்
மாற்றியதை
அவர்கள் அறியார்.

கதவுகள் திறந்து நீ
வெளியே வருகையில்
காத்திருக்கிறார் உனது மக்கள்.
கைகளைக் கோர்த்துத்
தோள்களைக் குலுக்கிப்
பாடுவர் உரத்ததாய்
விடுதலை வேண்டி

நெல்சன் மண்டேலா
அரசியற் சூதில்
இன்னொரு காய்நகர்த்தலே
உனது விடுதலை

இன்னமும் சகுனி
சிரித்தபடியே.

புழுதி எழட்டும்
தேர்ச் சில்லுகளைச்
சரிசெய்து
போருக்குத் தயாராக்கு.

பாண்டவர்கள் வெல்வர்!

02.03.90

ஒரு வெள்ளை அறிக்கை

நான் இழந்துபோனவைகள்:

ஒரு துண்டு நிலம்
பாதியாய் நடுவே
வேலியிடப்பட்ட கிணறு.

மழையையோ வெயிலையோ
தாங்கமுடியா விட்டாலும்
வீடு என்று அழைக்கப்படுகிற,
தட்டி கூரைகளின் தொகுதி

தென்னோலை நுனிக்குப்
பாரம் கொடுத்து
ஊஞ்சலாடும் குருவி.

ஒழுங்கையைக் கடக்கிறபோதெல்லாம்
வேலியருகே
கணவனுக்காய் (அல்லது எனக்காய்?)
காத்திருக்கிற கண்கள்.

நீண்ட காலமாய்
உருப்படாது போனதற்காய்
அம்மாவிடம்
கேட்காமலே பெறுகின்ற
திட்டுகள்.

இளவாலை விஜயேந்திரன்

சிறுமாரி
தொடரும் புழுதிமணம்
வண்டிற் சத்தம்
சூரியனோடு முரண்டுபிடித்து
நிழலை மட்டுமே தருகிற
ஆலமரங்கள்.

சைக்கிள் தடியோடு
பிளேன்ரீ சிகரெட்டுக்காய்
நிகழும்
பின்னேர ஊர்வலங்கள்.

கடனை மீட்பதற்காய்
(நம்பிக்கையோடு)
அடிக்கடி வந்துபோகிற
வாத்தியாரின் காலடி ஓசை.

எப்பொழுதாவது பிரசுரமாகலாம்
என்பதாய் நம்பி
எழுதிக் குவித்துவைத்த
'கவிதை'ப் பட்டாளம்.

திருமணத்தால் தீயணைக்கமுடியாமல்
என்னோடு 'ஸ்னேகமாய்'
இருந்த சுமங்கலி.

நாடி தளர்ந்த கிழவனின்
இளமைக்கால நினைவுகளாய்
இப்போது
என்னிடம் எஞ்சியதெல்லாம்

ஒரு பேனை
சில கிறுக்கல்கள்

இன்னொரு நாட்டின்
கடவுச் சீட்டு

15.05.90

எந்தக் கங்கையில் இந்தக் கைகளைக் கழுவுவது?

செத்துப்போனவர்களின் சம்பாசனை

உனது கையில்
இருந்தது துப்பாக்கி.
எனது கையிலும்
இருந்தது துப்பாக்கி.

நீ சுட்டு
நான் சாக
நான் சுட்டு
நீ சாக –

நேர்ந்தவை மரணங்கள்.

நீ
மக்களுக்காய் மரணித்தாய்
எனவும்
நான்
மாக்களுக்காய் மரணித்தேன்
எனவும்
'மக்கள்' சொல்கிறார்கள்.

சுவரொட்டிகள் கூட
அப்படித்தான் சொல்கின்றன.

இளவாலை விஜயேந்திரன்

உன்னை நான்
சுட்டதற்கும்
என்னை நீ
சுட்டதற்கும்
காரணங்கள்
எமக்கென்றால் தெரியாது.

இறப்பவர்கள் பற்றி
இருப்பவர்க்குக் கவலையில்லை.

எண்ணிக்கை யந்திரத்தின்
இரும்புப் பசிக்கு
இருவருமே சிறுதீனி.

செத்ததெல்லாம்
மனித உயிர்.
சிதைந்தழுகிக்
காகம் குதறி
நாய் பிடுங்கக்
கிடந்ததெல்லாம்
மனித உடல்.

இவையெல்லாம்
நிகழ்ந்தபின்னும்
இன்னும்
சனங்களேதும்
பேசாதிருத்தல் அதிசயம்தான்.

10.06.90

எந்தக் கங்கையில் இந்தக் கைகளைக் கழுவுவது?

நாள் தொடர்கிறது

இரவு மிக நீண்டு,
பாதியாய்த் தேய்ந்து
பனியுதிர்க்கும் பகலோடு
குளிர் படர்ந்து –

காற்றில் வெப்பம் நிறைக்கின்ற
அறைக்குள்ளே
இரவுகளில்,
இறகுக்கை போர்த்தி
உடல் கிடக்கும்.
இழுத்து இமைமூடக்
கூட்டுக்குள்ளிருந்து
ஆத்மா வெளிக்கிளம்பும்.

தாளிட்ட அறைக்கதவு,
சாளரங்கள்
தாண்டிப் பயணிக்கும்.

ஊர்போய்
உள்ள அவலங்கள்
பார்த்துத் துயரமுறும்,
திசையற்று நடுக்கடலில்
தவிப்புற்றும்,
வாழ்கின்ற மக்களிடை
வார்த்தையற்று அலைப்புண்ணும்.

திரும்பிவந்து
மூடிக்கிடக்கின்ற
இமைவிரித்துக் கண்களுக்குச்
சிவப்பெழுதும்.

நெஞ்சில் நெருப்பெரியும்,
கொஞ்சமாய்
எஞ்சிக்கிடந்த
நிம்மதியும் சாம்பலாகும்.

தேடல் 06, 10.09.90

எந்தக் கங்கையில் இந்தக் கைகளைக் கழுவுவது?

கவிதை

பாட்டென்றால்
இரண்டனு பல்லவி
இருத்தல் அவசிய மென்பார்.

கேட்டுப்பார்
மெட்டை
பிறகு
போட்டுப்பார்
தெரிந்த வார்த்தைகளை.

சொல்லடுக்கிச் சந்தத்தில்
சிரமமுற்று
மெட்டுக்குப் பாட்டெழுதி
மினைக்கெட்ட நேரத்தில்

சொல்லாமல்
செத்ததொரு கவிதை.

18.09.90

இளவாலை விஜயேந்திரன்

நிறமற்றுப்போன கனவுகள்

மாலை
நெடுநேரம்
நடந்து திரிந்தலுத்துக்
கட்டிலில் வீழ்கையில்
நடு நிசி.

நாசமாய்ப் போன கனவுகள்.

புத்தரின் பாதங்களில்
யாரோ
செவ்விரத்தம் பூ வைக்கிறார்கள்.

பள்ளி நாட்களில்
எனக்குச் சிநேகமான
அழகிய வஜிராவின் முகத்தில்
கண்ணீர் வடிகிறது குருதியாய்.

அவளிடமிருந்து வெள்ளலரியை
யாரோ பறிக்கிறார்கள்.
ஓலமிட்டுக் கிளர்ந்தெழவும்
அவளது வாயை மூடுகின்றன
முரட்டுத் துப்பாக்கிகள்.

இறந்துபோன மனிதர்கள்
துப்பாக்கிகளோடு திரிகிறார்கள்.

மாவலி*யில் மூங்கில்
குருதி நீரை முத்தமிட்டு
முகம் சுழிக்கிறது.

செத்துப் போன எல்லோரும்
'இயற்கை மரணம்'
எய்தியதாகச்
சான்றிதழில்
ஒப்பமிடுகிறார்கள்.

அழுதுகொண்டிருந்த வஜிரா
திடீரெனச் சிரிக்கிறாள்.

கனவு அறுபடச்
சற்று முன்பாய்த்
தெளிவாகத் தெரிகிறது

அவளது கையிலும்
துப்பாக்கி.

20.09.90

* 'மாவலி': இலங்கையின் மிகநீண்ட நதி, 1989–90 காலப்பகுதியில் ஆயிரக்கணக்கான "இனந் தெரியாத இளைஞர்"களின் சடலங்கள் இந்த நதியிலும் ஏனைய நதிகளிலும் மிதந்தன.

இளவாலை விஜயேந்திரன்

நேற்று நிகழ்ந்தது

"வந்துபோனவன்
கட்டிச் சென்ற கோட்டையின் அருகாய்
முப்பது பேர்கள் உயிரிழந்தார்கள்"

தயவுசெய்து
புள்ளிவிபரங்களில்
உயிர்களை எண்ணாதீர்கள்.

அந்த இளைஞர்களின்
சடலங்களை நீங்களெவரும்
கண்டதேயில்லை.
ஆறாய் ஓடிய குருதியைத்தானும்
அறிந்திருக்க மாட்டீர்கள்.

வெடிகளில் சிக்கி
அலறியபடியே இறந்த
அவர்களிடம் –
எனதைப் போலவே
கனவுகள் இருந்திருக்கும்.

முற்றவெளிக்
காற்றுக்கு மட்டும்
தெரிந்த அந்தக் கனவுகளை
விவரிக்க
என்னிடமும்தான் வார்த்தைகள் இல்லை.

எந்தக் கங்கையில் இந்தக் கைகளைக் கழுவுவது?

நாட்டைவிட்டோடிய
லட்சம் பேரைவிடவும்
அவர்களிடமோ
நம்பிக்கை இருந்தது.

நாளைக்குச்
சந்தியிலே சிலையெழுப்பி
அவர்களை
'நினைவுகூர'
யாரும் முயலக்கூடும்.

வேண்டாம்
பலவந்தமாக
அவர்களை யாரும்
நினைவுறுத்த வேண்டாம்.

எனது தேசத்தின்
மனிதர்கள் –
என்றுநான் அவர்களை
ஒவ்வோர் போதும்
நினைவுகூர்வேன்.

என்னைப் போலவே
எனது தேசமக்களும்.

20.09.90

இளவாலை விஜயேந்திரன்

நானும் என்னுடைய துப்பாக்கியும்

நான் இதோ
யுத்தப் பிரகடனஞ் செய்கிறேன்.
நினைவில் வைத்திருங்கள்
என்னிடம் ஒரு துப்பாக்கி இருக்கிறது.

யுத்தமென்றிருப்பதால்
எனக்கோர் எதிரி வேண்டும்.

இருக்கிறார் எனக்கோ எதிரிகள்.

முடக்கிலே
கடை வைத்திருக்கிற
தாடிக்காரன் –
நீண்ட நாளாய்க்
கடன்தர மறுத்ததால்

விறகுக்காய் மட்டையைப் பிடுங்க
(வேலி அவனது)
சத்தமிட்டுச் சண்டை போட்ட
அயல்வீட்டான்
எனச் சிலர்.

தவிரவும்
அயல் வீட்டானுக்கும்
தாடிக்காரன் கடன்தர
மறுத்தது பற்றியோர்
விளக்கந் தேவை.

எந்தக் கங்கையில் இந்தக் கைகளைக் கழுவுவது?

எதிரியின் எதிரியென்
நண்பனாய் ஆவதால்
ஒரு விதத்தில்
இருவரும் நண்பரும் ஆகுவர்.

விஞ்ஞானம் எனக்கு
விளங்காது போனதால்
கோட்பாடுகளைப் பிரயோகிப்பது பற்றி
விளக்கந் தேவை

எதிரியின் எதிரியின்
எதிரியின் எதிரியாகப்
பதினாறாம் அடுக்கில்
வருபவன்
யாராயிருப்பான்?
(எதிரியாகவா? நண்பனாகவா)

எனது இருப்பை
அங்கீகரிக்காதவன்
எதிரியே ஆவான்.
எவர்க்கும் அதுவே பொதுவிதி.
சரி
ஆகவே சுடலாம்.

கோட்பாடுகளில்
குழம்பியிருந்தால்
தூசு படிந்துபோம்
துப்பாக்கி.

உயிரிழப்பைத் தவிர்க்க விரும்புவோர்
தள்ளி நில்லுங்கள்.

இதோ
எனது துப்பாக்கியின்
முதலாவது குண்டு.

20.09.90

இளவாலை விஜயேந்திரன்

ஆண்ட மொழியிலும்
ஆண்ட பரம்பரையின் மொழியிலுமாக
ஒரு கவிதை

'நாட்டைக் காப்பாற்ற
அனைவரும் திரளுங்கள்'
என்பதுதான்
ஆளும் மொழியிலும்
ஆளப்படும் மொழியிலும் வருகிற
பத்திரிகைச் செய்தி.

'யாரிடமிருந்து காப்பாற்றுவது?'
'கொலைகாரர்க ளிடமிருந்து
காப்பாற்ற வேண்டாமா'
'Yes Yes'
'தரகர்களிடமிருந்து
காப்பாற்ற வேண்டாமா?'
'Yes Yes'
'விபச்சாரிகளிடமிருந்து
காப்பாற்ற வேண்டாமா?'
'Yes Yes'
'சுரண்டுவோரிடமிருந்து
காப்பாற்ற வேண்டாமா?'
'Yes Yes'
'அந்நியர்களிடமிருந்து
காப்பாற்ற வேண்டாமா?'
'Yes Yes'
'அநியாயம் செய்வோரிடமிருந்து
காப்பாற்ற வேண்டாமா?'
'Yes Yes'

எந்தக் கங்கையில் இந்தக் கைகளைக் கழுவுவது?

'இனியென்ன கேள்வி?'
'காப்பாற்றிக் காப்பாற்றி
யாரிம் ஒப்படைப்பது?'
'நல்ல கேள்வி
வழிப்பறிக் கொள்ளையரிடம்
ஒப்படைக்கலாம்'
'Yes Yes'
'வழிப்பறிக் கொள்ளையைச்
சட்டபூர்வமாக்கச்
சட்டமூலத்தில்
திருத்தஞ் செய்யலாம்'
'Yes Yes'
'இனியும் ஏதும்
கேள்வி இருக்கிறதா?'
'No No'

30.09.90

இளவாலை விஜயேந்திரன்

காத்திருத்தல்

காத்திருப்பார்கள்
கடற்கரையிலே காதலோடு.

நேற்றுப் போனவர்கள்
திரும்பி வரவில்லை.
அக்கரைக்குப் போய்ச்
சேர்ந்தார்கள் என்றதாய்ச்
சேதியொன்றும் இல்லை.

அடிக்கிறது கடலலை
நிலத்தை
அலைகிறது பனைமரம்
காற்றில்.

வானம் சிவப்பாகச்
சற்றுமுன்பாய்
ஒற்றை அலையொன்று
சிவப்பாய்க் கரையேறும்.

ஆனாலும்
அவர்கள்
காத்திருப்பார்கள்
கடலில் விழிமேயவிட்டு.

04.10.90

எந்தக் கங்கையில் இந்தக் கைகளைக் கழுவுவது?

தடிகொண்டு திரிபவர்களுக்கு

என்னுடைய
வார்த்தைகட்குத்தான் வலிவுண்டு
தேகத்துக்கல்ல.

சனங்களை வெருட்டுதற்காய்க்
கடன்வாங்கி
இரவலெடுத்துச் சோடித்த
உன்னுடைய
வார்த்தைகளைக் கொண்டுவந்து
குவி.

அடித்துச் சரித்துவிட்டு
நிமிர்ந்துநிற்கும்
என்னுடைய வார்த்தைகள்.

வார்த்தைகளில் தோற்றுவிட்டுத்
தேகவலிவைக் காட்டுதற்காய்த்
தடியோடு நீ வந்தால்
நான் என்ன சொல்ல?

07.10.90

கண்கள்

அந்தக் கண்களைக்
கவனித்திருப்பீர்கள்.

ஆளரவமற்ற வீதிகளில்
அலைகின்ற இந்தப் பெண்களின்
கண்கள் அவை.

அந்தக் கண்களில்
காமத்தீ
கொழுந்து விட்டெரிகிறதாய்
நம்புகின்ற மூடர்களே.

ஒவ்வோர் ஆணையும்
அவள் இறுக அணைக்கையில்
ஒரு கொலையைப் புரிகிறாள்,
புரியவில்லையா?

எந்தக் கங்கையில் இந்தக் கைகளைக் கழுவுவது?

நீங்கள் எதையுமே
நம்புவதில்லை.

'பிச்சை' என இரந்து
பிறகு பணம் கொடுத்து
இச்சை தீர்த்தாலும்...

அந்தக் கண்களில்
எரிகின்ற தீயதனை
அறியா மூடர்கள் நீர்.

என்றோ
உலகப் பந்தின்
ஒவ்வோர் பரப்பையும்
சமமென நீங்கள்
நிறுவுவீராயின்,

மனிதர்கள் அனைவரும்
சமமென உம்மால்
நிறுவ முடியுமெனில்,

அந்தக் கணங்களில்
ஒவ்வொரு தடவையும்
உங்கள் சிறுமையை
நீங்கள் உணர்வீர்.

அப்போது மட்டுமே
அந்தத் தீயை
உணர்வீர் நீவிர்.

சக்தி 1-2, 01.11.90

இளவாலை விஜயேந்திரன்

பாடுபொருள்

'கூறியது கூறல்' கண்டால்
கொதித்தெழுவார்
என் தமிழ் மாஸ்டர்.

கூறியதை
மறுத்தல் கண்டும்
கொதித்தெழாமல்
சும்மா இருப்பார்
செயலற்று –

என் தமிழ் மக்கள்

ஆதலினால்
வாழ்வார்
வீணான சாதல் தவிர்த்து –

காலம் வேண்டுவது
கதையாதிருத்தல்தான்.

'பரம்பொருளி'ன்
பெரும் புகழைப்
பாடிப் பணிதலன்றிப்
பிறிதொன்றும் பேசார்
இந்தக் காலத்தில்
எனது மக்கள்.

'நீக்கமற நிறைந்த
பரம்பொருளே'யன்றிப்
பாடுதற்கும் ஒன்றுமில்லை
இன்றைக்கு.

01.12.90

எந்தக் கங்கையில் இந்தக் கைகளைக் கழுவுவது?

கிறான் மரமும் கிளுவை வேலியும்

நிலவை மறைத்துப்
பெரும்படையாய் இறங்கும்
பனித்துளியை வழிமறித்து
இலைவிரலில்
ஏந்தும் கிறான் மரம்.

ஊரெல்லாம் வெளிச்சமிட
நிலம் பிளந்து தலைநிமிர்த்திய
மின்கம்பம்
ஒளிசிந்த
மினுங்கும் வெள்ளியென.

உறையவைக்கும் குளிரெனினும்

எல்லா மரங்களும்

இலையுதிர்த்த பின்னாலும்
பனியுதிர்வுக்காய்க்
காத்திருக்கும் கிறான் இலைகள்
காதலுடன்

இளவாலை விஜயேந்திரன்

என் வீட்டின் முன்னாலோ
வேலியென நட்ட
கிளுவை
பொன்வண்டு சுமந்து
கோடையிலும் பார்த்திருக்கும்.
பிறைநிலவின் கதிர்பட்டுப்
பொன்னின் துகள்களென
மின்னித் தெரியும்.

கோடையிலும் இறவாத
கிளுவைகளா
குளிரினிலும் தலைநிமிரும்
கிறான் மரமா
சிறந்ததென்று கேட்டாயோ?

துயரம் சுமந்த மனிதரின்
நினைவுகட்குத் துணையிருக்கும்
இயற்கையின் விதிகட்கு
விடையில்லை என்னிடமும்.

24.12.90

---

* 'கிறான்': பைன் மரம், நத்தார் மரமாகப் பயன்படுவது.

எந்தக் கங்கையில் இந்தக் கைகளைக் கழுவுவது?

கடல்

'ஆக்கர் பிறிக்க''யிலே
போய் நின்றேன் காலையிலே.

கரைக்கு வருவன
பெரும் படகுகள்
சுவைசெத்த மீன் சுமந்து.

கறுப்பு வெள்ளை என்று
காவல் இருப்பார்கள்
மனிதர்கள், மீன் சுவைக்க

இந்த இடத்தேதான்
பெரும் படைகள்
வந்து குவிந்தும்
உறுதியுடன் எதிர்த்தெழுந்த
இந்த மக்களின்
பழங்கால நினைவுக்காய்
எழுந்து நிற்கும் கருங்கோட்டை.

அருகே வரும் அலைகள்
துருவத்தின் குளிர் சுமந்து
ஈரம் உலர்த்தும்.

அலைகளைச் சுமந்த
கடலில் நெடுந்தொலைவு
நோக்குகிறேன்.

இளவாலை விஜயேந்திரன்

தாளமுடன் நுரையெழுப்பிக்
கரைசேரும் அலைகளின்
பின்னோர் பெரும் சமுத்திரம்
தெரிகிறது.

இந்தச் சமுத்திரத்தின்
இன்னோர் அலைக்கரமோ
எங்கள் பின்னேரங்களைத் தின்ற
சேந்தாங்குளத்தில்,
வலைவிரித்துக் கருவாடு காயவைத்த
மணற்கரையில் கரையேறும்.

24.12.90

* படகுகளின் இறங்குதுறை

எந்தக் கங்கையில் இந்தக் கைகளைக் கழுவுவது?

திருமணம்

மாப்பிள்ளைக்கோர் தோழன்
பெண்ணுக் கொரு தோழி

வேட்டி தலைப்பாகை
வழமையான கூறைப்பட்டு

எட்டோ பத்தோ
பொருத்தங்கள் பார்த்தபின்
சீதனங்கள் சாதகங்கள் இணைந்தமையால்
அருகமர்ந்தார்
ஆய்ந்து தெளிந்த
நல்லதொரு முகூர்த்தத்தில்

இளவாலை விஜயேந்திரன்

அய்யர் வந்தமர்ந்தார்
இழுத்துக் கட்டிய கொடுக்குடன்
போட்ட சாம்பிராணி
புகையெழுப்பும் – ஆனாலும்
ஆரும் அவதியுறார்.

வீடியோ வெளிச்சங்கள்
மின்னுகிற கமராக்கள்
பந்தல் மணவறைகள்
விழுங்கிய காசுக்கு
நேர்மையாய் விழித்திருக்கும்.

சாதியும் சாறியுமாய்ப்
பிரச்சனை அலசும் பெண்கள்
கண்ணிவெடிக்குக்
காதும் மூக்கும் வைத்தபடி
ஆண்கள்

எல்லாம் இனிதே
நிறைவுபெற
ஏறும் அவள் கழுத்தில்
ஒரு பொற்பாரம்
தாலியென.

வந்தவர்கள் செல்வார்
கொண்டுவந்த பரிசுக்குக் கணக்காக
அறுசுவைகள் உண்டுகளித்துத்
தெளிந்து நிமிர்ந்து
வெற்றிலை மென்று

ஆண்டொன்றானபின்
அவனுக்கும்
அவளுக்கும்
தனித்தனியாய்த் தெரிந்தது
மனம்.

04.01.91

எந்தக் கங்கையில் இந்தக் கைகளைக் கழுவுவது?

றிச்சர்ட் டி சொய்சா -
உதிரமுடியாத ஒரு நினைவு

சில பகல் நீளும்
வெயிலோடு.
நினைவு துரத்தி ஊர் செல்லும்
உடலிங்கே
இருந்தாலும்.

அலைந்தெறியும்
கடலின் கைகள்
உன்னை ஒருநாள்
பிணமாய்க் கரை சேர்த்தன.

நுரைத்தெறியும் நினைவு.
முகங்களை மூடிய
மனிதர்களிடையே
முகம் இழக்காதவன் என
வாழ்ந்தனை.

பொய்களைப் பேசிப்
பொய்களைப் புணர்ந்த
மனிதர்களிடையே
மெய்முகம் காட்டினாய்.

அச்சம் சூழ்ந்த இரவில்
அவர்கள் உன்னிடம் வந்தனர்
இரண்டு கொம்புகள்
எருமை வாகனம்
காக்கி உடைகள்.

இளவாலை விஜயேந்திரன்

மறுநாள் புலர்கையில்
இந்து சமுத்திரம்
எறிந்த கைகளில்
உன் உடல் இருந்தது
முகம் சிதைந்து.

யார் முகம் சிதைந்தது?

ஒற்றை அலை
உனதுடல் சுமக்கும்.
பிறகு தொடரும்
பெரிய அலைகள்

சமுத்திரத்தின் மறுகரைவரை
உலகின் மறுமுனைவரை.

03.02.91

---

* 'றிச்சர்ட் டி சொய்சா': சர்வதேசப் புகழ்பெற்ற இலங்கைச் செய்தியாளர்களில் ஒருவர். பொலிசாரால் கைதானபின் இவரது சிதைவுற்ற உடல் மட்டுமே கடற்கரையிற் கிடந்தது.

எந்தக் கங்கையில் இந்தக் கைகளைக் கழுவுவது?

சாப்பாடு

இன்றைக்கு எதுவாயும்
இருக்கலாம்.

ரின்னில் வந்த மீன்
குழம்பாகியிருக்கலாம்.
முருங்கைக்காய்கூடக்
கறியாகியிருக்கலாம்
(அதுவும் ரின்தானே!)
சோறிருக்கும்
தமிழ்க் கலாச்சாரம் சொல்லித் தந்தபடிக்கு!

வேலைக் களைப்புக்கு
வீடுவந்து சாப்பிடுதல்
ஆறுதல்தான்
ஆர் இல்லையெண்டார்?

பருப்பதிகம் சாப்பிடுதல்
சரியில்லை (வாய்வு வரும்)
பாண்கூட இன்றுவரை
ஒத்துவரவில்லை.
கத்தரிக்காய் தக்காளி வாடிக்
கடையடையும் போஞ்சி
ருசிகெட்ட மரவள்ளி
பேணிகளில் வரும் வெண்டி பயித்தை
கீரைவகை
எல்லாமே வயிற்றுக்குள்
சண்டித்தனம் செய்யும்.

இளவாலை விஜயேந்திரன்

தமிழர்களின் தேசிய உணவா
கோழி?
இறைச்சிவிலை கட்டாது
எமக்குள்ள 'பட்ஜெட்'டில்.

முருங்கை இலை வறுவல்
உடம்புக்கு நல்லதுதான்
ஆர் தருவார்?

முருகா!
தேனும் தினைமாவும்
நீதின்று
எங்களைத்தான்
நடுத்தெருவில் விட்டுவிட்டாய்

என்ன செய்ய
எல்லாம் போய்
இல்லாத சாப்பாட்டுக்காசையுற்றுக்
கிடையாவண்ணம்
இருக்க விதிசெய்தாய்.
வந்துசேர்ந்த வழியெல்லாம் மறந்துபோனோம்.
வாய்க்கு வாய்த்த ருசிமட்டும்
மறவாதிருப்பதென்ன?

10.10.91

எந்தக் கங்கையில் இந்தக் கைகளைக் கழுவுவது?

காணாமற்போன சிநேகிதிக்கு எழுதியது

நிம்மதியாய் எனை உணர்ந்த
ஒருநாள் மாலை
தபாற்பெட்டிக்குள் அந்தத்
தகவல் கிடந்தது.

"உன்னை அவர்கள்
கொண்டு சென்றனர்"

நீ காலத்தை நம்பினாய்
அவர்கள்
கோபத்தை நம்பினார்கள்.
நான்
இன்னமும் உயிரோடிருப்பதால்
தாடி வளர்க்கிறேன்
பாவியாய்
உன் நினைவில்
பியரடித்துப்
பிரச்சனையை மறக்க முயல்கிறேன்.

உயிர்ப்போடிருப்பவர்கள்
காணாது போதல் பற்றி
எவரும் பேசுவதில்லை.
என்னால் உணர முடிகிறது
உயிர் வாழ்வதற்கு
மௌனமே உணவாகச் சனங்கள்.

இளவாலை விஜயேந்திரன்

உயிர்ப்பற்றுப்
பிணங்களாய்த் திரிகின்ற
இந்தச் சனங்கனின்
சிலுவைகளைச் சுமப்பதற்கு
யார் உன்னைத் தெரிவு செய்தார்?

என்ன சொல்கிறது
குற்றப் பத்திரிகை?

ஏதோ நாட்டின் உளவுப் படையில்
இருந்தாய் நீயெனவா?
சொந்த நாட்டை அந்நியர்க்கு
விற்றுப் பிழைத்தாய்
என்கிறதா?
உன் வீட்டுக் கோழிகள்
முட்டையிடாததில்
தேசப் பொருளாதாரம்
சிதைந்ததென்கிறதா?

உதைத்தாரா
உழண்டி*யிலே போட்டுன்னை
வதைத்தாரா?
விரல்நுனியில்
ஊசிமுனை செலுத்தி
வேடிக்கை பார்த்தாரா?

இன்றைக்கு மதியம்
என்னதான் உணவு?
பச்சரிசிக் கஞ்சி?
பருப்பவியல்?
புண்ணாக்கு?
எதுவும் தருவார்கள் அவர்கள்.

நானோ தினமும்
கோழி, முட்டை
விதவிதமாய் மரக்கறிகள் என
விளாசித் தள்ளுகிறேன்.

வேள்வி நடத்திக்
கிடாய்வெட்டிக் கறியாக்கி
உண்டு களித்தவர்கள் கணக்கு
கடவுளுக்கா தெரியாது?

பஞ்சுமுகிலைத் தூதனுப்பி உன்னைப்
பார்த்துவரச் சொல்லலாம்.
கொஞ்சமேனும் இரக்கமில்லாதவர்
குண்டுகளாலே சல்லடை போட்டு
முகிலைக் கொன்று
மோட்சம் அனுப்புவர்.

என்னால் உணர முடிகிறது
இந்தச் செய்திகளைத் தாங்கவலுவற்றுக்
காற்று, பாரமாகிறது.

பாரக் காற்று
பூமியை அழுத்துகிறது.

அழுத்தம் கூடட்டும்
பூமி வெடிக்கட்டும்.

12.01.92

* 'உழண்டி': கப்பி

இளவாலை விஜயேந்திரன்

காற்றுக்குத் தீனி

முப்போதும் கடலில் மூழ்கி
முயன்றாலும்
தப்பாமல் கைவிட்டே போகிறது.

எப்போதெனினும்
இரவில் வருகிறது
தப்பாத சந்தத்தில்
தவறாத சொற்கட்டில்.

எரிந்த கண்மூடும்
இமைமடல்கள் வரம் கேட்கும்
பகலுழன்று
பாடாய்ப் பட்டுவிட்ட
உடல் கொஞ்சம் ஓய்வுகேட்கும்.

எழுந்து
விளக்கெரித்துச்
சினம் தவிர்த்து
எழுத மறந்துவிட்டால்
விடிய வெளிச்சத்தில்
காற்றில் கலந்துவிடும்
என் கவிதை.

02.02.92

புதிய அர்த்தங்கள்

எனக்கு விசாத்தந்த அதிகாரி
மனைவிக்கு
விசா மறுக்கிறான்.

யாழ்ப்பாண வடலிகளின் நிழலில்
அம்மம்மா
'போய்ச்சேர்ந்து' விட்டாலும்
சென்று திரும்பல்
இயலுமோ சொல்.

றொறன்ரோவில் லண்டனில்
எனது சதைகளும் இரத்தமும்
ஆன சகோதரங்கள்.

எந்தத் தூதரகத்திலும்
எனது நிறத்தை
நம்பத் தயாரில்லை.

'அகதி' என்ற தமிழ்ச் சொல்லின்
அர்த்தம் தேவை.

நான் விரும்பும் யாரையும் பாராமல்
வெறுப்புமிழும் முகங்களையே
பார்க்கும் விதி எனக்கு.

வேற்றுக் கிரகத்து மனிதனாய்
இந்தப் பூமிப்பந்தில்
வாழும் எனக்கு
'அகதி' என்ற சொல்லின்
அர்த்தம் தேவை.

01.05.92

அப்பா பிள்ளை பேசிக்கொண்டது

பாரதம் போலப்
பெரிய கதையாய்ச்
சொல்லிப் பயனி(ல்)லை.

'குறுகத் தறித்துக்'
குட்டிக் கதையாய்ச்
சொல்வேன் நீ கேள்.

'நல்வதோர் வீணை
நாங்களே செய்தோம்
எல்லாப் பாடலும்
இசைக்குமோ இதுவெனக்
கொத்திப் பிளந்து
சோதனை செய்தோம்
அந்த வகையில்
ஆனதெம் இசைத்திறன்.'

'சுட்டிப் பயலெனக் கேற்றவிதம்
கெட்டித்தனமாய்ச்
சொன்னாய் அப்பா.

வென்றவர் தோற்றவர்
விழுந்தவர் நிமிர்ந்தவர்
நொந்தவர் நொடிந்தவர்
என்றிவ்விதமாய் –
யாவுமாக இருந்தோம் நாங்கள்.

*துஞ்சல் அற்றோம்
தொடர்ந்தவ் வீணையை
எந்த வகையில் பொருத்தலாம்
என்று
சிந்தை பிழிந்தோம்.*

*இன்றில்லை
நாளையும் இல்லை
வென்றோம் என்று
ஒருநாள் வந்து
சொல்வோம்.*

*அதுவரையில்
நின்று நிதானித்து
என்னவிதம் வீணை
இசையற்றுப் போனதெனக்
காண்போம் நாம்'*

20.05.92

இளவாலை விஜயேந்திரன்

எமது முயலுகை

நல்லதைச் சொன்னால்
இந்த நாடுகேட்கும் என
நம்பியதாலே
நல்லதுசொன்ன பலபேர்
நஞ்சுண்டார்.

நல்லதை அல்லது எனச் சொலும்
வல்லமை படைத்தோர்
வலிவுடன் உள்ளதால்
எல்லாம் இந்த விதமாய் நேருது.

உள்ளதை உள்ள படிக்கே உரைத்தல்
உயிராபத்தெனச்
சொல்லுவர் சிலபேர்
அதற்காய்
உள்ளதை மறைத்தலும்
இல்லாததொன்றை இயற்றிப் புலம்பலும்
இயலுமான சிலபேர் இருப்பர்
இறத்தல் தவிர்த்து.

இந்தப் பூமி உருண்டை வடிவே
என்றான் ஒருவன்.

சொன்னவன் பைத்தியம் பிடித்தவன்
என்றார்
சுற்றி நின்றவர்.
இன்றோ
இந்த உருண்டைப் பந்து இயங்கும் வழியில்
இன்னும் நூறுகோடி உருண்டைகள்
சுற்றித் திரிகிற பால்வீதிகளிலே
மனிதன் அலைகிறான்
தொலைவுநோக்கிப் பார்வை செலுத்தி
நட்சத்திரங்களைத் துழாவித் திரிகிறான்.

தூக்கில் இடவும்
துப்பாக்கியாலே சுட்டுத் தொலைக்கவும்
தம்
போக்கில் வராத உண்மைகள் யாவும்
பொய்களே எனத்
துணிந்து சொல்லவும்
இருக்கிறார் இன்றும்
சிம்மாசனத்தில் சிலபேர்.

பொய்களின் ஆயுள் சிறிதே என்பதும்
மெய்களைப் பொய்கள் விழுங்கிச் செமித்தல்
இயலாதென்பதும்
இவர்கள் அறியார்
ஆதலால் எமது வழியில் நாமே
சிற்சில மெய்களை நிறுவவும்
பற்பல பொய்களை அடித்து நொருக்கவும்
முயல்தல் தகுமிப்போ.

20.06.92

மூளை கழற்றிய மனிதர்

மூளையைக் கழற்றி
ஒரு கரையில் வைத்துவிட்டு
முகம்கழுவிப் பின்வந்து
மூளை செருகிப் புறப்படுதல் வழமையெனில்
இந்த உலகம் எவ்வாறிருக்கும்?

நான் கழற்றி வைத்த
மூளை தூக்குதற்காய்த்
திரிவான் ஒருத்தன் என் பின்னால்.

நானோ
இந்த ஒருத்தன் போலவும்
இன்னொருத்தன் பின்னால்
நாயாய் அலையல் நேரிடும்
நல்லதொரு மூளைக்காய்.

சாப்பிடுதல் உறக்கம்
குளித்தல் வேலை போல
மூளைக்காய் அலைதலுக்கும்
நேரம் ஒதுக்கப்படும்.

முகம் கழுவும் இடமெல்லாம்
மூளைக் காவலுக்கு ஆளிருப்பான்.

காலையிலே மூளைக்
கள்ளர் நடமாட்டம் பார்த்துக்
கிணற்றடிக்குப் போவார்கள்.

எந்தக் கங்கையில் இந்தக் கைகளைக் கழுவுவது?

அரச அலுவலகப் பகுதிகளில்
மூளைக் காவலுக்காய்
இருக்கும் ஒருத்தன்
முன்னூறோ நானூறோ தள்ள
நல்லதொரு மூளை தருவான்.

அமெரிக்க அதிபர்
முகங்கழுவும் வேளையெல்லாம் காவலுக்கு
முப்பதுபேர் செல்வார்கள்
கனத்த துவக்கோடு.

முப்பது பேரும் இல்லாதுவிட்டாலும்
அந்த மூளையினைத் தூக்கி
யாரும் மாட்டார்கள் என்பதனை
முப்பத்தொருவரும் அறியார்.

24.06.92

இளவாலை விஜயேந்திரன்

மறந்திடுதல்

நான் மறந்து போனேன்காண்.
நான் மறந்து போனேன்தான்.

எங்கள் வீதிக்கு
இடப்புறமா வலப்புறமா
தென்னைமரம் இருந்ததென
நான் மறந்துபோனேன்தான்.

எங்களது பொதுக் கிணற்றில்
எத்தனைபேர் பங்குஎன –
யார்க்கு வழிவாய்க்காலென*
நான் மறந்து போனேன்காண்.

என்வீட்டுக் கோடியிலே
பின்மூலை வளவினிலே
பட்டை வெடித்தபடி
பாலை வடித்தபடி
நின்றமரப் பெயரையும்தான்
நான்மறந்து போனேன்காண்.

இரவிரவாய் மேடையிலே
ராசாவேசம் கட்டிக்
கூத்து நடத்தியவன்
பேர் மறந்தும் போனேன்நான்.

ஊரைவிட்டு இத்தனைநாள்
வெகுதொலைவில் வந்ததனால்
இவைகள் மறந்துவிட்டேன்.

இன்னும்

எங்களது பெடியள்
துப்பாக்கி தூக்கியது
எதுக்கென்றும் நான் மறந்தேன்.

25.06.92

---

* 'வழிவாய்க்கால்': பொதுக்கிணறு ஒன்றில் அதைச் சூழ இருப்பவர்களது பங்கு. இருவர் நடந்து செல்லக்கூடிய பாதையும், தேவையெனில் ஒரு வாய்க்காலும் கொண்டது

இளவாலை விஜயேந்திரன்

எச்சம் விழும் இரவு

கோடை இரவு,
வெளிச்சம்
வீட்டுக்குள் நீள்கிறது.

இன்றைய இரவு, நான்
உறங்காதிருப்பேன்.
யன்னலின்
திரைகள் விலத்தி
வானப் பெருவெளியை
வெறிக்கும் விழிகள்
மூடா இமைகள்.

அந்தச் சதுர வானிடை அசையும்
ஒவ்வோர் பொருளையும்
நான்
அவதானித்திருப்பேன்.

விழியின் திரையில்
ஒரு பறவை விழும்வரை
விழித்திருப்பதவசியம்.

கோடையில் இங்கும்,
குளிரில்
காற்றும் உறைகிற காலத்தில்
அங்குமாய்
வாழும் பறவையொன்றின்
சிறகுகள் இவ்வழி விரிகிற
கணம்வரை –
நான் காத்திருப்பேன்.

எந்தக் கங்கையில் இந்தக் கைகளைக் கழுவுவது?

காற்றுவெளியிலே
கந்தகமே நிறைந்தாலும்
சோற்றுக்குப் பதிலாகச்
சுவாசம் உணவானாலும்
வேற்றூர் ஒன்றில் அகதிமுகாமிலே
விடிய நேர்ந்தாலும்

பாட்டுக்கு மறுக்காத
என்தேசக் குழந்தைகளின்
பாடல் ஒன்றை, நானப்
பறவையிடம் கேட்பேன்.

அந்தப் பறவையின் பாடலில்
எனது இதயம் உறங்கும்வரையில்
வெறிக்கும் விழிகள்
மூடா இமைகள்

எப்படியும் இன்றைக்கு
அந்தச் சதுரவானிடை
தனது
சிறகுகள் அசைக்குமப் பறவை,
காத்திருக்கிறேன்.

ஒரு செட்டையாவது
ஓர் இறகாவது
ஓர் எச்சமாவது

எச்சத்தின் நிழலாவது?

சரிநிகர் 39, 21.11.93

இளவாலை விஜயேந்திரன்

மனக்கணக்கும் பிணக்கணக்கும்

தோற்றதில்லை வீரர்கள்
என்று சொல்லித் தோள்தட்டிப்
போர்க்களத்துக் கனுப்பிவைப்பார்.

நூற்றுக் கணக்கிலெல்லோ
செத்து மடிகின்றார்!
கால்கள் நீட்டி நான்
வீதியில் நிற்கிறேன்
கடந்து போகும் வாகனங்கள் மனமெண்ண.

கைவிரல்கள் போதவில்லை.
கால்களிடம் கடனெடுத்தும்
போதவில்லை.
செத்தவரின் உடல் சுமந்தும்
சிதைந்தழுகும் உடலோடு
ஒட்டிக்கிடக்கின்ற உயிர்சுமந்தும்
எனைக்கடந்து போகின்ற
வண்டிகளை எண்ணிவிட
மனமெனக்குப் போதவில்லை.

இன்றொருநாள் பொழுதுக்குள்
எத்தனைநூ றன்னையர்கள்
தத்தம் புதல்வர்களைக்
களப்பலியாய்க் கொடுத்திருப்பர்!

எத்தனை பேர்
தங்கள் ஒருகணத்துக் கணிப்பின் தவறாலே
உடல் சிதைந்து வாழ்க்கையெல்லாம்
கைநழுவிப் போனதென்று
மனமழுது சிதைந்திருப்பர்.

159

மறுநாள்
பின்னேரம் செய்திவரும்
'மீட்டெடுத்தோம் நிலப்பரப்பை
மகத்தான வெற்றியென'

வென்றவர்கள் யாரோ
வெறும் நிலத்துக்காகவெனப்
பூமிவிட்டுச்
சென்றவர்கள் யாரோ

எக்காளமிட்டு
வெற்றியறி வித்தவரின்
புதைகுழிகள்
தயாராகக் கிடக்கிறது.

சரிநிகர் (தை 1994) சிறப்பிதழ்

இளவாலை விஜயேந்திரன்

சந்தி

சந்தைக்குப் போக ஒரு பாதை
வாசிக சாலைக்குப் போக ஒரு பாதை
பின்னேரம்,
குந்தொன்றில் போயிருந்து
கள்ளுக் குடிக்கின்ற
கந்தையர் வீட்டுக்குப்
போக ஒரு பாதை

இம்மூன்றும் வந்து
ஒன்றாகச் சந்திக்கும் இடம்தானெம்
ஊர்ச்சந்தி என்று
சொல்லிடுவார் அப்பா.

பள்ளிக்குப் போக ஒரு பாதை
தாளங்கள் தப்பாது பாட்டுக்களைச்
சொல்லிக் கொடுக்கின்ற
பாடகியின் வீட்டுக்கு ஒரு பாதை.
பின்னால் நடை உடைகள்
பிந்தி வந்த நாகரிகம்
இன்ன பிற பற்றிப் பேசுகிற சிநேகிதியர்
வந்துசெல்ல மறு பாதை.

இத்திசைகள் சந்திப்பில்
முச்சந்தி அறிவாள்
தங்கச்சி.

எந்தக் கங்கையில் இந்தக் கைகளைக் கழுவுவது?

கடலுக்குப் போக ஒரு பாதை
ஊரின்
குளக்கரைக்குப் போக மறு பாதை
படத்துக்குப் போயிரவு திரும்புகையில்
களவெடுத்துப்
பலாப்பழத்தை ருசிப்பதற்குத் தோதாக
இன்னுமொரு பாதை

என
இவைகள் சந்தித்தல்
ஊர்ச்சந்தி எனக்கு.

அதிசயம்தான்
ஆனாலும் உண்மையிது
எனதம்மா அந்தச்
சந்தியினைக் கண்டதில்லை.

ஓசை – 5 (தை – பங்குனி 1994)

இளவாலை விஜயேந்திரன்

இறப்பதெப்படி?

படையினர் இறந்துபோவதெப்படி?
அதிகாரிகள் யோசிக்கிறார்கள்.
தலையிலிருந்து தொப்பியைக் கழற்றி
வேர்த்த தலை மயிர்தடவி.

நேற்றுப் பதினேழு
முந்தநாள் ஒன்பது
முதல் நாள் ஆறு
நாலுநாள் முன்பாக நாற்பது!

எப்படித்தான் இறந்துபோகிறார்கள்?
ஒரு சிப்பாய்
தனது சீருடையை அணிகிறபோது
வண்ணத்துப்பூச்சிகள்
சிறகசைப்பை நிறுத்திக்கொள்கின்றன

அவன்
தனது தலைக்கவசத்தை அணிகிறபோது
அணில்கள் கலவரமடைந்து ஓடிவிடுகின்றன.

தனக்குப் பொருத்தமற்ற
பாரமான சப்பாத்துக்களைக்
கால்களில் இறுகக்கட்டுகிறபோது
சில்வண்டுகளின் சத்தம் நின்றுவிடுகிறது.

எந்தக் கங்கையில் இந்தக் கைகளைக் கழுவுவது?

தனது துப்பாக்கியைத் தூக்கியபடி
ஒரு சிப்பாய்
இன்னொரு தேசத்தில் காலடி வைக்கிறபோது
அவன் இதயம் நின்றுவிடுகிறது.

ஆனாலும்
அதிகாரிகள்
எப்போதும் போலவே
கேட்டுக்கொண்டிருக்கின்றனர்,

ஒரு சிப்பாய் இறப்பதெப்படி?
படையினர் இறந்துபோவதெப்படி?

04.05.96

இளவாலை விஜயேந்திரன்

இலக்கத்து மரணங்கள்

எப்படியோ நாங்கள்
பழகிக்கொண்டோம்.
மரணங்களை இலக்கங்களில் எண்ணிக்கொள்ள
நெடுநாளாய்.

ஒரு சிப்பாய் சாகிறபோது
ஒரு விதவை உருவாகலாம்.
மூன்று குழந்தைகள் அநாதைகளாகலாம்.
ஒரு கிராமம்
தனது நேசத்துக்குரியவனை இழக்கலாம்.

காரியமில்லை.

எல்லா மரணங்களையும்
இலக்கங்களாய் எழுதிக்கொள்ள
அதிகாரிகள் பயிற்சி பெற்றிருக்கிறார்கள்.

சுவர்களில்
ஓர் எண்ணிக்கையாய் மாத்திரமே
ஒரு சிப்பாயின் மரணம் தொங்குகிறது.
இதில் ஆச்சரியப்பட என்ன இருக்கிறது?

நாட்களாக ஆக
எண்ணிக்கை அதிகரிக்கவேண்டும் என்பதில்
அதிகாரிகள் உறுதியாய் இருக்கிறார்கள் போலும்!

எந்தக் கங்கையில் இந்தக் கைகளைக் கழுவுவது?

ஒற்றை எண்ணோ இரட்டை எண்ணோ
முட்டை எண்ணோ
அவனவன் அதிர்ஷ்டம்
கண்தெரியாக் காடுகளில்
முகம் தெரியா எதிரிகளுடன்
கதைத்துப் பேச நேரமில்லை
ஒரு கணம்தான், பிறகு
எண்ணிக்கையில் சேர்ந்துகொள்கிறார்கள்
சிப்பாய்கள்.

கட்டளையிட்ட அதிகாரிகளோ
குளிர்நிறைந்த சொகுசறைகளில்
கட்டளையை நிறைவேற்றும்
சிப்பாய்களோ
வீட்டுக்கு நாலு
பொற்காசு கிடைக்கும்
என்ற நம்பிக்கையில்
செத்துப்போகிறார்கள்
அல்ல,
இலக்கங்களை அதிகரித்துக்கொண்டே போகிறார்கள்.

04.05.96

இளவாலை விஜயேந்திரன்

குருவிகள் பற்றி மூன்று கவிதைகள்

1.

எதற்காகவும் இருக்கலாம்
இந்தத் தலைச் சிலுப்பல்.
ஏனோ
கோபமென்றதைப் புரிந்துகொள்கிறேன்.

எதன்மீது கோபம் குருவிகட்கு?

உடுப்புத் தோய்க்க வேண்டியதில்லை
கடைக்குப் போவதும், பொருள்
காவித் திரிவதுமான அவஸ்தைகளில்லை.

கிடைத்த சம்பளம் எல்லைக்கோட்டைத்
தொடமுடியாதெனும் வேதனையில்லை.
சனிக்கிழமைகளில் பியர் குடிக்கவும்
ஞாயிறு காலையில்
நித்திரை குழப்பும் ரெலிபோன் அடிகளில்
திடுக்கிட்டெழவும்
நியதிகளில்லை, குருவிகட்கு.

ஆனாலும், இருக்கலாம் கோபம்
குருவிகட்கு.
யார் கண்டார்,
குருவிகட்கும் இருக்கலாம் அல்லவா
ஆண்குறி அவஸ்தை?

2.

இலைகள் உதிர்ந்த மரங்களைப்
பார்க்கிறேன் —
எளியதோர் கொடுமை.

இனிவரும் நாட்களில்
இரவுகள் நீளவும்
அடித்துப் போட்ட சூரியன் கிளம்பி
ஆவெனச் சோர்ந்து
மறுபடி வீழவும் ஆகும் காலம்.

இளவாலை விஜயேந்திரன்

இழுத்துப் போர்க்கையில்
கண்ணிடைத் தெறித்தன குருவிகள்.
சுண்டு விரலளவில்
வெறும் மரப்பட்டையுட்
பூச்சி தேடுது ஒன்று.
விழுந்த இலைகளின் வெறுங்கிளைகளில்
தொங்கும் பழங்களைச்
சுவைப்ப தின்னொன்று.

காலம் கொடியதே ஆயினும்
போர்வை விலத்தல் தகுமெனச்
சன்னலிற் சொண்டினாற் தட்டிச்
சொன்ன தின்னொன்று.

3.

எப்போதும்போல
வந்தமர்ந்து கொள்வன குருவிகள்
பலகணியில்.
பார்த்துக் கொண்டிருக்கிறேன்
இவைகள் வருமென்று
உதிர்த்துவிட்ட தானியங்கள்
போதும்
இன்னும் எட்டு நாளைக்கு

இருந்தாலும்
தாவுவதும், தன்பாட்டில்
இன்னும் வேணுமெனத் தேடுவதும்
போதாதே என்கின்ற விதமாகத்
தலைதிருப்பி எனைப் பார்த்து
முறைப்பதுவும் –
சகிக்கவில்லை.

கொழுப்பதிகம் குருவிகட்கு
என்றெண்ணித் திரும்புகையில்
உள்ளத்துள் ஒரு கேள்வி

இப்படித்தான் தம் மகிழ்வைச்
சொல்லிடுமோ இக்குருவிகள்?

இன்னுமொரு காலடி, 1998

எந்தக் கங்கையில் இந்தக் கைகளைக் கழுவுவது?

நிர்வாணம்

எல்லா விமானநிலையங்களிலும்
இது நடக்கிறது
மறுபடியும், மறுபடியும்.

எல்லோரும் இலகுவாய்க் கடந்துபோய்விடுகிறார்கள்.
எனக்கு மட்டும் முடிவதில்லை.

மறுபடியும் மறுபடியும்
தடுத்து நிறுத்தப்படுகிறேன்
எல்லோரும் கடந்தபின்னும்.

முன்னே போகிறவன்
அணிந்திருக்கும் ஆடைகளை
ஒத்தவையே எனதும்.
சற்றும்
தரக்குறைவானவை அல்லவே.

கழுத்துப்பட்டியைச்
சப்பாத்துகளைச் சரிபார்க்கின்றேன்.
மணிக் கூடும் கண்ணாடியும்
காற்றில் நெருப்பை மூட்டுகிற பெட்டியும்
கடவுச் சீட்டும் பயணச் சீட்டும்
எதுவும் சரிசமம்.
ஆயினும்
என்னை நிறுத்துவதென்ன?

இளவாலை விஜயேந்திரன்

வீடுவந்ததும்
மறிக்கப்பட்ட மணித்தியாலங்களின்
அலுப்பை உடையுடன்
களைந்தேன்.

நிர்வாணம் கொண்டது
என் நிறம்.

புலம் – 2 (பங்குனி – சித்திரை 1998)

எந்தக் கங்கையில் இந்தக் கைகளைக் கழுவுவது?

விரல்கள்

வயதாவதாலல்ல
பின்னிரவுக் கனவுகளில்
முகம் தெளிவற்றிருப்பது.

அதுவாக
உருவழிந்து போகிறது நிச்சயமாய்
எனச் சொல்ல இயலவில்லை.

கூத்தும் திருவிழாவும்
கொடி பறக்கும் வயல்வெளியும்
என்னுட் சிதைந்து தான் போயின,
ஒரு வேளை உன்முகமும்.

முகத்தாலன்றி, உணர்வுகளாற்தான்
கதைத்துக் கொண்டிருந்தோம்
என்பதாலா
முகம் மறக்கிறது.
வயதல்லவே, பாதி இளமையைக்
கடக்கிற பராயம்
வயதல்லவே.

இன்னமும்
அந்த விரல்களின் இளமை
ஒட்டிக்கொண்டிருக்கிறது
நெஞ்சின் மயிர்க்காட்டில்.

தெளிவற்ற முகமும்
தெளிவான விரல்களுமாய்
எப்போதும் வருகின்றன
பின்னிரவுக் கனவுகள்.

புலம் 1, தை – மாசி 1998

உனதும் எனதும்

அளவெடுத்துத் தைக்கப்பட்ட சீருடையிலோ
அதன் தோளில் அல்லது நெஞ்சில்
வைக்கப்பட்ட பட்டியிலோ
காலின் மிடுக்கைச் சத்தமிட்டுச் சொல்லுகிற
கனத்த சப்பாத்திலோ

இடுப்பை இன்னும் இடுப்பாக்க
இறுக்கிக் கட்டிய
வார்ப்பட்டியிலோ

நெற்றிக்கு மேலாய்
முடிதெரியா தணிவித்த தொப்பியிலோ

இல்லை அது.

எங்கோ வெறித்த உன் பார்வையில்
அதிகாரம் காட்டுமுன் தோரணையில்
நிமிர்ந்திடும் நடையில்
வாய் திறந்தால் பொறிபறக்கும்
உன்னுடைய கொச்சை வார்த்தைகளில்

இல்லை அது.

சும்மா சிவனேயென்று
உன்தோளில் தொங்கிக் கிடக்கின்ற
சுடுகலனில்
இருக்கிறது. எனது பயம்,
உனதும்.

யுகம் மாறும் – 09.01.99

எந்தக் கங்கையில் இந்தக் கைகளைக் கழுவுவது?

மொழிபெயர்ப்பு அல்லது இடம்பெயர் மொழி

சிங்கத்தின் குகைக்குள்ளோ
சிங்க மொழி
சிறுநரிகள் வந்து இடம் பிடித்தாலோ
அந்த மொழி
கால்தவறிப் புலிக்குகையுட் போய் விழுந்தால்
அந்த மொழி.

எந்த மொழி எந்த இடம்
பேசுவது என்கின்ற
விந்தையினை நீர் கற்றீர்
வாழ்வு மிகச்சிறப்பே!

மந்திரங்கள் தந்திரங்கள் மறு மொழிகள்
வாழ்வுக்குத் தேவையில்லை
என்றிருந்த எங்களைப் போய்ப்
பேயரென்றீர், மெய்தான்.

வாழ்க, தங்கள்
குலமும் கோத்திரமும்
வழக்கமாய்ப் போகின்ற
கோதாரி மூத்திரமும்.

கண்ணில் தெரியுது வானம், மார்கழி 2001

இளவாலை விஜயேந்திரன்

எனது உலகினுள்
வந்தவரெவரும் திரும்பியதில்லை

பெரிய பதாகைகளை வீதியில் வைத்துத்
தேடிக் கொண்டிருக்கிறீர்கள்
காணாது போனோரை
கண்டுகொண்டிருக்கிறேன் அவர்களை
என் கண்முன்
மண்டியிட்டு நிலத்திலிருக்கும்
அவர்களை
மனமார வாழ்த்துகிறேன்
என் காலால்

எனது உலகம் விந்தையானது
இருள் விரிந்த வேளைகள்
எனக்குப் பகல் போன்றவை
ஒற்றை நிலவே சூரியன் போன்று.
எனது உலகினுள் வந்தவரெவரும்
திரும்பியதில்லை
பகலின் ஒளியைப் பார்த்ததுமில்லை
எனது உலகம் விந்தையானது

எந்தக் கங்கையில் இந்தக் கைகளைக் கழுவுவது?

தேசங்களெங்கும்
திரிந்தலைந்து சொல்லுகிறார்
எனது காலின் கீழ்
இன்னும் பலர் இருப்பதாக
நம்பட்டும்
இருந்து விட்டுப் போகட்டும்

எண்ணிக்கை சொல்வதற்கு
எனக்கிப்போ நேரமில்லை
சும்மா இருந்து சுகம் காண முடியாமல்
சுதந்திரத்தை வேண்டி நின்றார்
சுதந்திரத்தை நான் கொடுத்தேன்

ஏன் உனக்குப் புரிவதில்லை
எனது மொழி
எல்லாம் நல்லாய் இருக்கிறது என்று சொல்லி
இருப்பதிலே திருப்தியுற்றால்
எனது மொழி வேறு
எழுச்சியுற்றுச் சுதந்திரத்தைப் பாடுவாயெனில்
எனது பெயர் வேறு

சொல்லால் எழுத்தால் பேச்சால்
சுதந்திரத்தை நீ பேச ஒரு
பொல்லாப்புமில்லை என்று
இருப்பதில்லை – நான்

வெள்ளைச்சுவரில் ரத்தக்கறைகள்
விடிகாலைகளில் மரண ஓலம்
கொல் எனச் சொல்லிக்
கொல்லாதிருந்து
நகக்கண்மீது இடுக்கண் புனைந்து
யாவுமாகி நிற்குமென் உலகினுள்
ஏன் வருகிறாய் நீ?
எதற்குக் கேட்டாய் சுதந்திரம் என?
எனது இருப்பைக் கேள்வியாக்க
எத்தனிப்பாயேல்

இளவாலை விஜயேந்திரன்

உனது இருப்பு இல்லாது போகும்
விலகு – வழிவிடு
விலகு – வழிவிடு
வாழ்வைப் பழகு – அடிமையாக
தொலைந்து போய்விடு
தேச எல்லைகள் பலவும் கடந்து
தொலைந்து போய்விடு
நீ சிறியன் – நான் பெரியன்
சமத்துவ முனகல்
செவிகளை உறுத்துகிறது – எனக்கு

மறுபடி மறுபடி சொல்வதன்று
என் வழக்கு
மறுபடி மறுபடி கொல்வதே அது
வந்தவர் இலகுவிற் சென்றதே இல்லை
ஆதலால்
இருப்பவர் – இறந்தவர் என்கிற வகையில்
மனக்கணக்கென்பது பிணக்கேயாகும்

தேடு கண்டடைவாயெனத்
தேவரே கூறினும்
மூடு உன் செவியை

திரும்பி வந்தால் கண்டுகொள்
திரும்பாதோரைத் தேடாதிரு.

28.05.17

* நோர்வே தமிழ் 3 வானொலியின் சங்கமம் 2017 நிகழ்வில், 'தொலைந்து போனோர் பாடல்' எனும் தலைப்பில் கவிதா நிகழ்வு இடம்பெற்றது. மனித உரிமை, காணாமலாக்கப்பட்ட மகனின் குரல், மகனைத் தொலைத்த தாயின் குமுறல், கொடுங்கோல் அதிகாரம் என நான்கு தரப்புகளை உருவகித்து அந்தக் கவிதா நிகழ்வு வடிவமைக்கப்பட்டிருந்தது. அதில் கொடுங்கோல் அதிகாரத்தினை உருவகித்து விஜயேந்திரன் எழுதி ஆற்றுகை செய்த கவிதைப் பகுதி இது!

எந்தக் கங்கையில் இந்தக் கைகளைக் கழுவுவது?

பாடல்கள்

மீன் பாடும் வாவியிலே

மீன் பாடும் வாவியிலே மீனவரின் தோணியிலே
நானிருந்தேன் ஒருநாள் – நிலவு
நாணி வரும் திருநாள்

அலையடிப்பில் படகிலொரு தாளம் கேட்கும் – ஊர்
வயற்பரப்பில் இரவினிலும் பாடல் கேட்கும்
மனதின் சுமை தண்ணீரில் கரைந்துபோகும்
நிலவினெழில் நெஞ்சினிலே கோலம் போடும்
(மீன் பாடும்)

மனம் இனிக்க மீனினத்தின் பாடல் கேட்கும் – இசை
வயத்தினிலே விழிமடல்கள் ஈரம்போடும்
விடிகையிலோ வீதியிலே சலங்கை கேட்கும்
வேதனையை என்நெஞ்சு மறந்துபோகும்
(மீன் பாடும்)

பனிமலர், 1990

இசை: வே. இரவிகுமார்

எந்தக் கங்கையில் இந்தக் கைகளைக் கழுவுவது?

பனியுதிரும் குளிர்தழுவும் தேசம்

பனியுதிரும் குளிர்தழுவும் தேசம் – எனினும்
மனதினிலே புயலொன்று வீசும்
இலையுதிரும் காற்றடிக்கும் தேசம் – எங்கள்
இதயங்களோ அனலோடு வாழும்

கொஞ்சு முகில் மலைதழுவும்போது – இள
நெஞ்சமதில் நிழலுருவாய் ஆசைதோன்றும்
வாழும் எங்கள் மண்தனையே பார்க்கவேண்டும் – அங்கு
வீரமுடன் உயர்ந்தவரை வாழ்த்தவேண்டும். (பனியுதிரும்)

காலையிளம் கதிர்பரவும் போது – மனக்
கனவுகளோ அலைபாய்ந்து தூரம்போகும்
வேலையிலும் வீதியிலும் கால்கள் சோரும் – மன
வேதனையில் விழிமடல்கள் ஈரமாகும். (பனியுதிரும்)

பனிமலர், 1990

இளவாலை விஜயேந்திரன்

விழித்தெழுந்தவர்கள்

1.

விடியலைப் போலவே விடியலைப் போலவே
வேறேதோ தோற்றங்கள் தினம் காணுகின்றான்
புதியதாய் வாழ்விலே புதியதாய் வாழ்விலே
ஏதுமில்லாமலே உயிர்வாழுகின்றான்.

2.

கல்லைப் பிளந்துபோட்டோம்
காலம் சுழன்ற போக்கில்
நெல்லை நாற்று நட்டோம்
நாளைப் பசி தீருமென்று
காட்டை வெட்டிப் போட்டோம்
கனநாளாய் உழைத்தலுத்தோம்
கதிரவனே இங்கே நில்லு – நாம்
கண்டபயன் என்ன சொல்லு

உச்சிவெயில் குடித்தோம்
ஊரெல்லாம் சோறளித்தோம்
பச்சைவயல் விளைந்ததிலே – எங்கள்
பங்கை யாரோ கொண்டு சென்றார்.

பாளம் வெடித்த நிலங்கள் கைகள்
பட்டுப் பயிர் விளைகிறது
வாழும் விருப்புடனே நாங்கள்
வைத்த பயிர் நிமிர்கிறது

எந்தக் கங்கையில் இந்தக் கைகளைக் கழுவுவது?

3.

பாளம் வெடித்த நிலங்கள்
பாடுபட்டால் பச்சையெழும்
நாளும் உழைத்தலுத்தும்
நமக்கேதும் மிஞ்சவில்லை

எழுந்துவந்த சூரியனும்
உலகம்சுற்றி உறங்கிவிடவும்
வருந்தி உடல் வாழுகின்றோம்
வயிற்றுப் பசி தீரவில்லை.

எங்கள் துயர் தீரவென்று
எவரெவரோ வந்து சென்றார்
எங்கள் துயர் தீரவில்லை
வந்தவரும் போனதில்லை.

4.

உறங்கியிருந்த மனிதர் விழிக்கிறார்
உரத்த குரலில் பேசத் தொடங்(கு)கிறார்
எழுகிற மனதில் உறுதி கொள்கிறார்
இனிவரும் நாட்கள் இனியவை

வாழ்விலிருந்தே கேள்வி எழுகுது
வரம்பை உடைத்து வெள்ளம் மீறலாம்
வாழ்வை நோக்கி எழுகிற மனிதனே
வீறுகொள் அந்த விண்ணையும் விழுத்த

இளவாலை விஜயேந்திரன்

5.

கல்லையடுக்கிக் கட்டிடமாக்கிக்
கண்டது என்ன பயன் – நாங்கள்
கண்டது என்ன பயன்

ஆலைகளெங்கும் ஓடியுழைத்து
அலுத்ததில் என்ன பயன் – நாங்கள்
அலுத்ததில் என்ன பயன்

வலையைப் படுத்திக் கடலில் கிடந்து
வாழ்ந்ததில் என்ன பயன் – நாங்கள்
வாழ்ந்ததில் என்ன பயன்

உடலை வருத்தி உழைத்துக் களைத்தும்
வேளைக்கு உணவில்லை – நமக்கு
வேளைக்கு உணவில்லை

6.

பொய்யில் மிதந்த புலையர் தம்மை
வெட்டிக் கூறு செய்வோம் – இனி
வேறு விதிகள் செய்வோம்

எங்கள் விதியை எங்கள் கரத்தில்
எடுக்க முடிவு செய்தோம் – இனி
எதையும் எதிர்த்து வெல்வோம்

[1986 தமிழகத்தில் எழுதி இயக்கி மேடையேற்றிய
விழித்தெழுந்தவர்கள் நாடகத்தின் பாடல்கள்]

எந்தக் கங்கையில் இந்தக் கைகளைக் கழுவுவது?

வட்டமாய்ச் சதுரமாய்

வட்டமாய்ச் சதுரமாய் மேசைகள் போடுவார்
வாழ்வின் சாரங்கள் ஏதும் அறிந்திடார்.
திட்டங்கள் திருப்பங்கள் என்பதைச் செப்புவார்
துயரம் மரணம் ஏதும் அறிந்திடார்

பொட்டலம் போடுவார் பொதிகள் இறக்குவார்
போராட்ட நோக்கின் புனிதம் கெடுப்பார்
திட்டுவார் இந்தியில் திரிவார் துவக்கோடு
தெற்கிலே கேந்திரம் பிடிக்க முயலுவார்

அட்டையாய் எம்மில் ஒட்டுகிற இந்த
அரக்கர் குலத்தைத் தூக்கியெறிவோம்
கட்டுவோம் ஒன்றுபட்டெங்கள் தேசத்தை
காலம் நமக்கென்று கும்மியடிப்போம்

1987

ஓடி வரும் கடலே

ஓடி வரும் கடலே
ஒற்றைப் பனை மரமே
பாடி வரும் குயிலே
பச்சைப் புல்லுப் பரப்பே
கண்ணோடு கண் வந்து சேரும்
காதல் பறவையைக் காணேன்

உச்சி முருக்கிலே ஒற்றையாம்
பூவைப்போல
இரத்தமாய் சிவப்பில் எந்தன்
உள்ளம் நோகுதே
இரவில் கனவு காணுதே
காற்றில் போகும் சருகே கவலை கேட்கும் குயிலே
பாட்டில் எனது துயரைக்
கேட்கும் காலைக் கதிரே
பறந்து போய் என்
துணையைத் தேடி துயரைப் போக்குவீரே

கத்தும் கடலிலே காதலியின் கண்கள் போல
கட்டுமரம் மேவித் தாவி
மீன்கள் பாயுதே
மனமோ வெந்து சாகுதே
இரவில் எரியும் நிலவே
எறிந்து விதைத்த முத்தே

எந்தக் கங்கையில் இந்தக் கைகளைக் கழுவுவது?

பரவி விரித்த பாயாய்
பச்சைப் படரும் வயலே
காதல் பாடல் கேட்டு
எந்தன் கவலை போக்குவீரே
ஓடி வரும் கடலே
ஒற்றைப் பனை மரமே
பாடி வரும் குயிலே
பச்சைப் புல்லுப் பரப்பே
கண்ணோடு கண் வந்து சேரும்
காதல் பறவையைக் காணேன்

(1988இல் நோர்வே தேசிய தொலைக்காட்சியில் (NRK) பல தடவைகள் ஒளிபரப்பாகிய தமிழ்ப் பாடல் இது.

பாடியவர்: சங்கீதபூஷணம் பொன். சுபாஸ்சந்திரன்
இசையமைப்பு, கீபோட்: கணேசன் சுந்தரமூர்த்தி
வீணை: ஜெயதாசன் கநதையா
தபேலா: கிருபாகரன் பரமசாமி
றிதம் கிற்றார்: சிறி
றபான்: இராஜீவன் தம்பா

காலமொன்றிருந்தது

காலமொன்றிருந்தது மகனே – நல்ல
காலமொன்றிருந்தது மகனே

காற்றோடு கைகுலுக்கிக்
காலாற வீதியிலே
வேட்டொலிகள் ஏதுமின்றி
விடிகாலை நடைபயின்ற

காலமொன்றிருந்தது மகனே

பாட்டோடும் தாளமொடும்
பறவைகளும் சிறகசைக்கக்
கேட்டோரும் துயிலெழுந்து
வாசலிலே கோலமிட்ட

காலமொன்றிருந்தது மகனே – நல்ல
காலமொன்றிருந்தது மகனே

1989

எந்தக் கங்கையில் இந்தக் கைகளைக் கழுவுவது?

எட்டிநட

எட்டிநட எட்டிநட எட்டிநட – எம்
மண்ணின் ஒவ்வோர் விளிம்பிலும் சுற்றியிரு
அந்நியரின் அசைவுநிழல் கண்தெரிந்தால் – அதைச்
சுட்டுவிடு சுட்டுவிடு சுட்டுவிடு
(எட்டிநட)

மக்களிடம் போயமர்ந்து கற்றுக்கொள். பின்பு
மக்களிடம் போயதனைத் திருப்பிச் சொல்
ஆயுதங்கள் இல்லாதோரைப் பிழைக்கவிடு
அந்நியர் போல் அடக்குமுறை வெறியரல்ல
நாங்கள் என்று
(எட்டிநட)

சாவுக்குப் பயமின்றிச் சண்டையிடு – பின்னும்
போருக்காய்க் காத்திருப்பர் எமது மக்கள்
இருவிழியும் திறந்தபடி காவலிரு – மையான
இருளிலும் எமைக் கடப்பார் அந்நியர்கள்.

1984

இசை: க. பராபரன்

இளவாலை விஜயேந்திரன்

புதிய வாழ்வு மலரவேண்டும்

புதிய வாழ்வு மலர வேண்டும்
துயர நாடகம் இனிப்போதும்
மௌனம் எங்கள் மொழியாய்
ஆனால் வாழ்க்கை எங்கே விடிவாகும்
துயரம்தானே நிலையாகும்
(புதிய வாழ்வு)

கண்ணீர்ப் பூக்களை உதிர்க்கின்ற மனங்களில்
காவியம் தானே உருவாகும்
காவியம் படிக்க உள்ளங்கள் இன்றேல்
கவலைகள் தானே முடிவாகும்
(புதிய வாழ்வு)

உழைக்கும் மனங்கள் துயரில் வாட
சுரண்டும் உள்ளங்கள் வெறியிலாடும்
அநீதி இழைக்கும் மனங்கள் ஒருநாள்
அவனியிலே சாம்பலாகும்
(புதிய வாழ்வு)

எரியும் நெருப்பின் இடையில் வீழ்ந்து
கருகும் நிலைதான் – மாறவேண்டும்
துடிக்கும் தோள்களின் மீது
கருவி ஏந்தும் – காலமாகும்
(புதிய வாழ்வு)

1979

இசை: க. பராபரன்

ஒரு கனவு வாழ்வு

ஒரு கனவு வாழ்வு தினம்
மாலை உருவாகும்
திரை எறிகிற கடலில்
திரவியம் தேடி
எத்தனை நெஞ்சங்கள் படகேறும்

நீலச்சேலை போர்த்துள்ள
கடல் மகளின் உடல் தொட்டு
சுகங்களைப் பெற்று
கரை வந்து விலை சொல்வார்

அடிவானம் தொட்டுள்ள
கதிர் கொண்ட சிறு மொட்டு
ஒளிர்கையிலே நெஞ்சம் மகிழ்ந்து
கவலை கொள்ளும்

உப்புக் கடலின் ஒவ்வோர்
அலையும் தமக்கென்று
கொடுக்கின்ற கொடையைக்
கரைவந்து விலைசொல்வார்

1980

இசை: க. பராபரன்

இளவாலை விஜயேந்திரன்

வீடு நெடுந்தூரம்

வீடு நெடுந்தூரம் தூரம் இருந்திங்கே பசியடக்க
வந்தோம் – கல்கத்தா
வீடு நெடுந்தூரம் தூரம் இருந்திங்கே பசியடக்க
வந்தோம் – கல்கத்தா

வழிநெடுக நூறு சடலம் இருந்தாலும்
வழிநெடுக நூறு சடலம் இருந்தாலும்
கடந்தபடி வந்தோம் கல்கத்தா

கல்கத்தா ... ஓ ... கல்கத்தா

நேற்று வரை அங்கே நிலைத்திருந்த இனிமை
நேற்று வரை அங்கே நிலைத்திருந்த இனிமை
ஓடிவிட வந்தோம் பசியடக்க வந்தோம்

கல்கத்தா ... ஓ ... கல்கத்தா

வெட்டவெளி மீதில் கொட்டும்மழை தாண்டி
வெட்டவெளி மீதில் கொட்டும்மழை தாண்டி
பட்டலுத்து வந்தோம் பசியடக்க வந்தோம்

கல்கத்தா ... ஓ ... கல்கத்தா

வீடு நெடுந்தூரம் இருந்திங்கே பசியடக்க
வந்தோம் – கல்கத்தா
வீடு நெடுந்தூரம் இருந்திங்கே பசியடக்க
வந்தோம் – கல்கத்தா

கல்கத்தா ... ஓ ... கல்கத்தா

1980

இசை: க. பராபரன்

எந்தக் கங்கையில் இந்தக் கைகளைக் கழுவுவது?

தீ போலவே

தீ போலவே காலைக் கீழ் வானிலே
நீர் மீதிலும் இந்த நிலம் மீதிலும்
தேரோடி தினம் தோன்றும்
எந்தன் காதல் சூரியனே

பொய்கை தோறும் பூத்தபடியே
காத்துக் கிடக்கும் தாமரையே
வானிலே சிறகை விரித்து
இரையைத் தேடும்
பறவைக் கூட்டம்
அலையைக் கடந்து
தரையில் மிதந்து
மீன்கள் இறக்கும்
எங்கள் தோணி

இரவு தோறும்
கடலில் அலைந்து
எரியும் காலை
வெயிலின் ஒளியில்
உடலை வருத்தி
உழைப்பைக் கொடுத்தும்
பறவை போலே
அலையும் கோலம்

துயரம் நிலையோ
துணிவெம் வலிவோ
அலையை விழுத்தும்
பறவைக் கூட்டம்

1990

இசை: வே. இரவிகுமார்

இளவாலை விஜயேந்திரன்

மல்லாடல்

கால் அதிர்ந்தது – காலின் கீழே
நிலமதிர்ந்தது
மேல் அதிர்ந்தது – மேலின் மேலே
வான் அதிர்ந்தது

தோள் துடித்தது – தோளின் அருகாகத்
திசை யதிர்ந்தது
புருவம் உயர்ந்தது – கூடவந்த
படை அசைந்தது.

குரல் உயர்ந்தது – குரலினோடு
கூடவந்த களம் அதிர்ந்தது
முரசொலித்தது முரசினோடு
முகமிரண்டும் சேர்ந்ததிர்ந்தது.

நிலமதிர நிலமதிர
நேரில் மோதுவான் – கிருஷ்ணன்
பலமுடனே பலமுடனே
பாணாசுரனும் ஏறுவான்!!

தூக்கியகால் கொண்டொருவன்
ஓடிப் போகிறான் – அவனே
தாக்கியதால் மற்றவனும்
கீழே வீழ்கிறான் – ஓ

வீழ்ந்தவனைத் தாக்கி இன்னும்
வேதனை தந்தான் – அவனோ
தாழ்ந்த தொரு கணமே எனத்
துள்ளி ஆடுவான் – அடடா

எந்தக் கங்கையில் இந்தக் கைகளைக் கழுவுவது?

எட்டுத்திசை மட்டுமென்று
என்னது பேச்சு – இங்கு
பட்டதெல்லாம் பலநூறு
திசைகள் என்றாச்சு!!

குட்டி மலை போலொருவன்
குதிக்கிறான் இங்கு – அதை
வெட்டி எறிகிறானே (பார்)
வீரன் யார் இங்கு?

அசுரனுக்கு ஆயிரம் கை
என்றொரு பேச்சு – கிருஷ்ணன்
அதுகுறைக்க அதுகுறைக்க
நாலு என்றாச்சு!!

கொட்டும் மழை இடியெல்லாம்
கூடிப்போகுதே – இருந்தும்
கட்டுடலார் இருவருக்கும்
கடுமை கூடுதே!!

வேர்பிடுங்கி மரமெறியும்
வீரர் போலிவர் – இருவர் (இவரில்)
யார் வெல்வர் தோற்பரென்று
யாரும் அறியாரே!!!

(2020 கலாசாதனா கலைக்கூடம் படைத்த சிலப்பதிகாரத்தில் மாதவி ஆடிய பதினோராடலைத் தழுவிய அரங்கேற்றத்திற்கு விஜயேந்திரன் எழுதிய 'மல்லாடல்')

இசை: அஸ்வமித்ரா

இளவாலை விஜயேந்திரன்

பூவைப் போல் பூக்கும் வயதிலே

பூவைப் போல் பூக்கும் வயதிலே
புதிதாய்ப் பூக்கும் கனவிதே
எங்கள் நாடு வாழ வேண்டும்
என்றும் மகிழ்ச்சி பொங்க வேண்டும்.

காற்றில் எங்கும் மணம் பரவி
காலைப் பூக்கள் விரிய வேண்டும்
சேற்றில் புதைத்து வைத்த நாற்றில்
செந்நெல் விளைந்து சிரிக்க வேண்டும்

கொட்டும் பனியின் சிறிய துகளே
குளிர் மூடும் வாடைக் காற்றே
வெட்கி முகத்தை மூடும் நிலவே
வாழ்வை மீட்கும் வலிவு தாரும்

1989

இசை: வே. இரவிகுமார்

குரல்: அனோஜா அன்ரன் டேவிட், வே. இரவிகுமார்

எந்தக் கங்கையில் இந்தக் கைகளைக் கழுவுவது?

கண்டேன் திசையெங்கும்

கண்டேன் திசையெங்கும்
பொய்க் கோலங்கள்
காலம் ஓர் திசை காட்டுமோ
என்றும் இதைத் தாங்கி
நான் வாழ்வதோ
என்னால் இது இயலாததோ

இங்கே இருக்கின்ற போலிகள் யாவும்
எனையேனோ தொடர்ந்தே வருதே
வலிந்தே தருதே இடையூறாய்
எல்லாம் சரிபோல் முடிவினில்
இங்கு தெரிந்தாலும்
ஆங்காங்கே தவறுள்ளதே

வான் மீது வண்ணம் சிந்தும்
பொன் அந்தி மாலை போலும்
எண்ணங்கள் மனதில் தோன்றும்
இது போதும் மாற்றம் வேண்டும்.
ஏனிந்த உலகக் கோலம்
இனி யாரும் கண்ணீர் சிந்தும்
ஒரு நாளும் இங்கே வேண்டாம்
இது போதும் மாற்றம் வேண்டும்.
ஏன்... பொய்களே நீண்டு வாழும் காலமா...
ஏன்... புதிதாய் சிந்தையில் மாற்றம் தோன்றுமா...

2022

இசை, குரல்: முரளிதரன் முத்துலிங்கம்

இளவாலை விஜயேந்திரன்

இளவாலை விஜயேந்திரன்

தியாகராஜா–பரமேஸ்வரி ஆசிரியத் தம்பதிகளின் நான்காவது பிள்ளையாக 1961 ஆவணியில் இலங்கையின் மலையக நகரான நுவரெலியாவிற் பிறந்தவர் விஜயேந்திரன். நானு ஓயா எடின்பர்க் தோட்டப் பாடசாலையிலும் சிறுவிளான் கனகசபை வித்தியாலயத்திலும் ஆரம்பக் கல்வியைப் பெற்றவர். இடைநிலை, உயர்தரக் கல்வியைத் தெல்லிப்பழை மகாஜனக் கல்லூரியிற் கற்றவர் விஜயேந்திரன்.

மகாஜனக் கல்லூரியிற் கற்கும்போதே விஜயேந்திரனின் சிறுகதைகள், கவிதைகள் நாளிதழ்களிலும், சஞ்சிகைகளிலும், வானொலியிலும் வெளிவரத் தொடங்கிவிட்டன. பாடசாலையின் கவிதை, சிறுகதை, தமிழ்த்திறன் போட்டிகளில் முதலிடம் பெற்றார். நாடக ஆர்வத்தால் இவர் எழுதி இயக்கிய நாடகமொன்று பாடசாலையைப் பிரதிநிதித்துவம் செய்து மாவட்டரீதியில் இரண்டாமிடம் பெற்றது. அக்காலத்திலேயே பாடசாலை நண்பர்களுடன் இணைந்து 'புதுசு' சஞ்சிகையை ஆரம்பித்தார். பாடசாலை மாணவர் தலைவராகவும், படைப்பிலக்கிய மன்றத்தின் தலைவராகவும், உயர்தர மாணவர் மன்றத் தலைவராகவும், இல்ல மெய்வல்லுநர் தலைவராகவும் பாடசாலைக் காலத்திற் செயற்பட்டார்.

விளையாட்டில் இருந்த ஈடுபாட்டால் மெய்வல்லுநர், உதைபந்தாட்டம், ஹொக்கி, கிரிக்கெட் முதலான விளையாட்டு களிற் பாடசாலை அணிகளிற் பங்கெடுத்தவர் விஜயேந்திரன்.

இலங்கை விவசாயக் கல்லூரிக்குத் தேர்வாகி உயர்கல்வியை அங்கு நிறைவுசெய்தபின், வட யெமன் நாட்டிற் சில ஆண்டுகள் பணியாற்றினார். பின்னர் யாழ்ப்பாணம் 'ஈழமுரசு' நாளிதழில் நெருக்கடிமிக்க காலப்பகுதியான 1986–1987இல் உதவி ஆசிரியராக இருந்தார்.

1987இற் புலம்பெயர்ந்த விஜயேந்திரன் நோர்வே தலைநகர் ஒஸ்லோவில் வசித்துவருகிறார். இலக்கியம், தமிழ்க் கல்வி சார்ந்து இங்கு தொடர்ச்சியாகத் துணைவியாரோடும் நண்பர்களோடும் இணைந்து இயங்கி வருகிறார். தாயகம் சார்ந்த அபிவிருத்தி, இயற்கை பேணல் இவரது ஆர்வங்கள். வாழ்க்கைத் துணை ரேவதி, மகன்கள் அபிமன்யு, அபரன்.

சிறுகதைகளையும் நாடகங்களையும் எழுதியிருந்தாலும் கவிதைகளாலேயே பெரிதும் அறியப்பட்ட இவரது கவிதைகள் பல, பிறமொழிகளில் மொழிபெயர்க்கப்பட்டுள்ளதோடு, வெவ்வேறு தொகுப்புகளிலும் இடம்பெற்றுள்ளன

'புதுசு' (இலங்கை, 1980-1987), 'சுவடுகள்' (நோர்வே, 1988-1998) சஞ்சிகைகளின் ஆசிரியர்களில் ஒருவர். இவரை ஆசிரியராய்க் கொண்டு கனடாவில் வெளிவந்த 'முற்றம்' மாத இதழ் நடைமுறைக் காரணங்களாற் சில இதழ்களோடு நின்றுபோயிற்று.

கவிதைத்தொகுதி: 'நிறமற்றுப்போன கனவுகள்' (முதற்பதிப்பு: தேசிய கலை இலக்கியப் பேரவை, இலங்கை + சவுத் விஷன் சென்னை, பங்குனி 1999. இரண்டாம் பதிப்பு: 'காலம்' வெளியீடு, கனடா, 2001)